അയ്യൻകാളി

ജീവിതവും പോരാട്ടവും

ayyankali
jeevithavum porattavum

•

rajesh chirappadu

•

first edition
june 2013

•

typesetting & published
chintha publishers, thiruvananthapuram

•

•

cover
ambeesh

•

വിതരണം

ദേശാഭിമാനി ബുക്ക് ഹൗസ്

H O തിരുവനന്തപുരം–695 035
www.chinthapublishers.com
chinthapublishers@gmail.com

ബ്രാഞ്ചുകൾ

ഹെഡ്ഡാഫീസ് ബ്രാഞ്ച് കുന്നുകുഴി • ഓവർബ്രിഡ്ജ് തിരുവനന്തപുരം • കെ എസ് ആർ ടി സി ബസ് സ്റ്റേഷൻ ആലപ്പുഴ • കെ എസ് ആർ ടി സി ബസ് സ്റ്റേഷൻ എറണാകുളം • മച്ചിങ്ങൽ ലെയ്ൻ തൃശൂർ • ഐ ജി റോഡ് കോഴിക്കോട് • മാവൂർ റോഡ് കോഴിക്കോട് • എൻ ജി ഒ യൂണിയൻ ബിൽഡിങ് കണ്ണൂർ • സെൻട്രൽ ബസ് ടെർമിനൽ കോംപ്ലക്സ് താവക്കര കണ്ണൂർ

CO - 1915 / 3265

അയ്യൻകാളി
ജീവിതവും പോരാട്ടവും

രാജേഷ് ചിറപ്പാട്

ചിന്ത പബ്ലിഷേഴ്സ്
തിരുവനന്തപുരം-695 035

രാജേഷ് ചിറപ്പാട്

കണ്ണൂർ ജില്ലയിലെ ഇരിട്ടിയിൽ ജനനം. അമ്മ: പരേതയായ മേരി സി പി. അച്ഛൻ: ചാക്കോ. ആശാൻ മെമ്മോറിയൽ എൽ പി സ്കൂൾ മട്ടിണി, പെരിങ്കരി ഗവൺമെന്റ് യു പി എസ്, വെളിമാനം സെന്റ് സെബാസ്റ്റ്യൻ ഹൈസ്കൂൾ, മട്ടന്നൂർ പഴശ്ശിരാജ എൻ എസ് എസ് കോളേജ് എന്നിവിട ങ്ങളിൽ വിദ്യാഭ്യാസം. തലശ്ശേരി കേരള സ്കൂൾ ഓഫ് ആർട്സിൽനിന്ന് ചിത്രകല അഭ്യസിച്ചു. പകൽ, തിരുത്ത് തുടങ്ങിയ സമാന്തരമാസികകൾ നടത്തി. കവിതാരച നയ്ക്ക് വിദ്യാഭ്യാസകാലത്ത് നിരവധി സമ്മാനങ്ങൾ നേടി യിട്ടുണ്ട്. കേരള ഭാഷാ ഇൻസ്റ്റിറ്റ്യൂട്ടിന്റെ യുവപരിഭാഷ കർക്ക് നൽകുന്ന എം പി കുമാരൻ അവാർഡ് ലഭിച്ചു. ആനുകാലികങ്ങളിൽ നിരൂപണങ്ങൾ, ലേഖനങ്ങൾ എഴു തുന്നു. പ്രസിദ്ധീകരിച്ച കൃതികൾ: *മാംസനിബദ്ധം* (കവി തകൾ), *ദലിത് വർത്തമാനം* (എഡിറ്റർ), *അംബേദ്കർ: ജീവിതം കൃതി ദർശനം, കുമാരനാശാൻ കവിതയും ജീവി തവും, പുതുകാലം പുതുകവിതകൾ 2011 ലെ തെരഞ്ഞെ ടുത്ത കവിതകൾ* (എഡിറ്റർ), *പുതുകാലം പുതുകവിത കൾ 2012 ലെ തെരഞ്ഞെടുത്ത കവിതകൾ* (എഡിറ്റർ), *തകഴി വായനയും പുനർവായനയും* (എഡിറ്റർ), *സ്വത്വം വർഗം മൃദുഹിന്ദുത്വം, യേശു: വിമോചകനും രക്തസാ ക്ഷിയും* (എഡിറ്റർ രാജേഷ് കെ എരുമേലിക്കൊപ്പം), *കെ ഇ എൻ സംഭാഷണങ്ങൾ* (സമാഹരണം പി എസ് പുഴ നാടിനൊപ്പം), *എം എഫ് ഹുസൈൻ എന്ന ഇതിഹാസം* (സമാഹരണം പി പി സത്യനോടൊപ്പം), *മതമൗലികവാ ദവും ഇന്ത്യൻ മതേതരത്വവും* (പരിഭാഷ).

ഇപ്പോൾ ചിന്ത പബ്ലിഷേഴ്സിൽ സബ് എഡിറ്റർ.

ജീവിതപങ്കാളി : വിജില ചിറപ്പാട്
വിലാസം   : എഡിറ്റോറിയൽ വിഭാഗം
              ചിന്ത പബ്ലിഷേഴ്സ്
              എ കെ ജി സെന്ററിനു സമീപം
              തിരുവനന്തപുരം.
ഫോൺ   : 9605077791
email   : rajeshchirappadu@gmail.com

ഉള്ളടക്കം

അനുബന്ധം

ആമുഖം

അയ്യൻകാളിയുടെ ജീവിതവും പോരാട്ടവും നവോത്ഥാന കേരള ത്തിന്റെ രൂപീകരണത്തിൽ വഹിച്ച പങ്ക് വലുതാണ്. ജാതിവ്യവസ്ഥയുടെ ഇരകളായി മനുഷ്യൻ എന്ന പദവിപോലും ലഭിക്കാതെ സവർണതയുടെ കാൽക്കീഴിൽ ഞെരിഞ്ഞമർന്നു പോകുമായിരുന്ന ഒരു ജനതയ്ക്ക് അവ കാശബോധത്തിന്റെ പുതിയ ചക്രവാളങ്ങൾ നൽകിയത് അയ്യൻകാളി യെപ്പോലുള്ള നവോത്ഥാന നായകരാണ്. അയ്യൻകാളി അക്ഷരാർഥ ത്തിൽ ഒരു കലാപകാരിയായിരുന്നു. ദലിത് ജനതയ്ക്ക് പോരാട്ടത്തിന്റെ വീറ് നൽകിയ മഹാ വിപ്ലവകാരിയായിരുന്നു. പൊതുനിരത്തുകളിൽ നിന്നും പൊതു ഇടങ്ങളിൽനിന്നും ആട്ടിയകറ്റപ്പെട്ടിരുന്ന അടിമകളേക്കാൾ ദാരുണമായ ജീവിതം നയിച്ചവരായിരുന്നു കേരളത്തിലെ ദലിതർ. 1881 ലെ കാനേഷുമാരി കണക്കുപ്രകാരം ജനസംഖ്യയുടെ 13 ശതമാന ത്തോളംവരും അധഃസ്ഥിത സമൂഹം. 1847 ലെ തിരുവിതാംകൂർ സർക്കാ രിന് 15000 അടിമകൾ ഉണ്ടായിരുന്നത്രേ. ഇവരെ ജന്മിമാർക്ക് വാടകയ്ക്ക് കൊടുത്തിരുന്നു. വാടക സർക്കാർ ഖജനാവിലേക്ക് വന്നുചേരുമായിരുന്നു. വഴിനടക്കാനോ പൊതുമാർക്കറ്റിൽ പോകാനോ ഇവർക്ക് അവകാശം ഉണ്ടായിരുന്നില്ല. വിദ്യാഭ്യാസം ചെയ്യാനും അവകാശമില്ലായിരുന്നു. ഭൂവുട മസ്ഥതയുടെ കാര്യം പിന്നെ പറയേണ്ടതില്ലല്ലോ.[1]

സാമി വിവേകാനന്ദനെപ്പോലുള്ളവർ അക്കാലത്തെ കേരളത്തെ ഭ്രാന്താലയമെന്ന് വിളിച്ചത് ഏവർക്കും അറിവുള്ള കാര്യമാണ്. 1882 ലാണ് അദ്ദേഹം കേരളം സന്ദർശിക്കുന്നത്. 1897 ഫെബ്രുവരിയിൽ മദ്രാസിൽ ചെയ്ത ഒരു പ്രസംഗത്തിൽ അദ്ദേഹം ഇങ്ങനെ പറഞ്ഞു:

മലബാറിൽ ഞാൻ കണ്ട അധാർമികത ലോകത്തിലെ മറ്റൊരു

ഭാഗത്തും കാണാൻ കഴിയില്ല. ഗവർണർ നടക്കുന്ന വഴികളിലൂടെ പാവപ്പെട്ട പറയർക്ക് നടക്കാൻ കഴിയില്ല. ഇംഗ്ലീഷുകാരെയോ മുസ്ലീംനാമധാരിയെയോ അംഗീകരിക്കുന്നത് അവരെ സംബന്ധിച്ച് ശരിയായിരുന്നു. ആ മലബാറികൾ ഭ്രാന്തന്മാരാണ്, അവരുടെ വീടു കളെല്ലാം ഭ്രാന്താലയമാണ്.[2]

സാമൂഹിക/സാംസ്കാരിക ഇടങ്ങളിലേക്കുള്ള പ്രവേശനത്തിനു വേണ്ടിയാണ് കീഴാള സമൂഹങ്ങൾ സമരം ചെയ്തത്. പത്തൊൻപതാം നൂറ്റാണ്ടിന്റെ അവസാന ഘട്ടങ്ങളിൽ നടന്ന ഈ സമരങ്ങളാണ് നവോ ത്ഥാനകേരളത്തെ രൂപപ്പെടുത്തുന്നതിൽ മുഖ്യപങ്ക് വഹിച്ചത്. ഈ സാംസ്കാരിക/സാമൂഹിക ഇടപെടലിൽ ഒന്നാണ് 1888 ൽ ശ്രീനാരാ യണ ഗുരു നടത്തിയ അരുവിപ്പുറം പ്രതിഷ്ഠ. അതുപോലെ കേരളചരിത്ര ത്തിൽ ഏറ്റവും പ്രധാനപ്പെട്ട സംഭവമായി പരിഗണിക്കപ്പെടുന്നതായിരുന്നു 1898 ൽ അയ്യൻകാളിയുടെ നേതൃത്വത്തിൽ നടന്ന വില്ലുവണ്ടി സമരം.

ഈ വില്ലുവണ്ടി സമരം ജാതിവ്യവസ്ഥയ്ക്കും അസ്പൃശ്യതയ്ക്കു മെതിരായ മൂർത്തവും ഭൗതികവുമായ സമരമായി നിരീക്ഷിക്കപ്പെട്ടി ട്ടുണ്ട്.[3] പ്രയോഗത്തിന്റെ നേതാവായിരുന്നു അയ്യൻകാളി. കേരളത്തിൽ ഇന്നും അയ്യൻകാളിയുടെ ജീവിതവും പോരാട്ടവും നിരവധി മാനങ്ങളി ലൂടെ വായിക്കപ്പെടുകയും പഠിക്കപ്പെടുകയും ചെയ്യുകയാണ്. അത്തരം സന്ദർഭങ്ങളിലേക്കും സംവാദങ്ങളിലേക്കും ചേർന്നുനിന്നുകൊണ്ട് അയ്യൻ കാളിയുടെ ജീവിതത്തെയും പോരാട്ടങ്ങളെയും പുതിയ തലമുറയ്ക്ക് പരിചയപ്പെടുത്തുക എന്ന ലക്ഷ്യമാണ് ഈ പുസ്തകത്തിനുള്ളത്. ഇക്കാ ര്യത്തിൽ വായനക്കാരുടെ സഹകരണവും സംവാദവും പ്രതീക്ഷിക്കുക യാണ്.

രാജേഷ് ചിറപ്പാട്

കുറിപ്പുകൾ

1. *ബലിയാടുകളുടെ വംശാവലി*, ടി എം യേശുദാസൻ, പ്രഭാത് ബുക്സ്

2. *അയ്യൻകാളി കേരളചരിത്രത്തിൽ*, കെ കെ എസ് ദാസ്, കേരള ഭാഷാ ഇൻസ്റ്റിറ്റ്യൂട്ട്

3. *തിരസ്കൃതരുടെ രചനാ ഭൂപടം*, ഡോ. ഒ കെ സന്തോഷ്

1

ബാല്യകാലത്തെ ജാതി അനുഭവങ്ങൾ

കേരളത്തിന്റെ തലസ്ഥാനമായ തിരുവനന്തപുരം ജില്ലയിലെ വെങ്ങാനൂർ എന്ന ഗ്രാമത്തിൽ 1863 ലാണ് അയ്യൻകാളി ജനിച്ചത്. പെരു ങ്കാട്ടുവിള വീട്ടിൽ അയ്യൻ പിതാവും മാതാവ് മാലയുമായിരുന്നു. അയ്യൻ കാളിയുടെ ജീവിതചരിത്രകാരനായ ടി എച്ച് പി ചെന്താരശ്ശേരി ഈ കുടും ബത്തെക്കുറിച്ച് ഇങ്ങനെ എഴുതുന്നു:

പെരുങ്കാട്ടുവിളയിൽ (കടൽത്തീര പ്രദേശമായതുകൊണ്ട് ഉഗ്രമായി കാറ്റടിക്കാറുള്ള സ്ഥലം എന്നർഥം) അയ്യൻ എന്നൊരു കൃഷി ത്തൊഴിലാളിയുണ്ടായിരുന്നു. അദ്ദേഹത്തിന്റെ മൂലകുടുംബം വെള്ളായണിയിലായിരുന്നു താമസിച്ചിരുന്നത്. കാര്യമായ ഭൂസ്വ ത്തുക്കളൊന്നുമില്ലാതിരുന്ന കായികാധ്വാനിയായിരുന്നു അദ്ദേഹം. അടിച്ചമർത്തപ്പെട്ടവരെ ഭൂസ്വത്തുകൾ സമ്പാദിക്കുവാനോ സ്വയം പര്യാപ്തത നേടുവാനോ അന്നത്തെ നീതി അനുവദിച്ചിരുന്നില്ല. അടിയാളർ ഭൂസ്വത്തുടമകളായാൽ ജന്മിമാരോടുള്ള വിധേയത്വ ത്തിനു കോട്ടംതട്ടുമോ എന്ന ആശങ്കയും ആ നിരോധനത്തിനു പിന്നിലുണ്ട്.

അയ്യൻ പനങ്ങോട്ടു ഊറ്റിറത്തു പരമേശ്വരൻ പിള്ള എന്ന ജന്മി യുടെ അടിയാനായിരുന്നു. അദ്ദേഹം ജന്മിക്കുവേണ്ടി കാടുവെട്ടി ത്തെളിച്ചെടുത്ത ഭൂമിയിലെ ഒരു പങ്ക് വിശ്വസ്തനായ തന്റെ അടി യാളനു വേണ്ടി നീക്കിവച്ചു. അങ്ങനെ അയ്യൻ സ്വന്തം വിയർപ്പി ലൂടെ അഞ്ചേക്കറിന്റെ ഉടമയായി. അക്കാലത്ത് അടിയാളൻ ഭൂവു ടമയാവുക അത്ഭുതമായിരുന്നു.(*കേരളചരിത്രത്തിന്റെ ഗതിമാറ്റിയ അയ്യൻകാളി*)

അയ്യൻകാളിയുടെ പിതാവായ അയ്യന് അക്കാലത്ത് ഭൂമിക്കുമേൽ അവകാശമുണ്ടായിരുന്നു. അതുകൊണ്ട് തന്നെ അവിടത്തെ ദളിതരിൽ നിന്ന് വ്യത്യസ്തമായ ജീവിതചുറ്റുപാടുകളിലാണ് അയ്യൻകാളി വളർന്നത്. അയ്യൻകാളിക്ക് ചാത്തൻ, ഗോപാലൻ, വേലായുധൻ, വേലുക്കുട്ടി, കണ്ണ, ചിന്ന, കുഞ്ഞി എന്നീ സഹോദരങ്ങളുണ്ടായിരുന്നു. ചെറുപ്പത്തിൽ കാളിയെന്നായിരുന്നു അദ്ദേഹത്തിന്റെ പേര്. പിന്നീട് പിതാവിന്റെ പേരു കൂടിച്ചേർത്ത് അയ്യൻകാളിയായി.

ബാലനായ കാളി ശക്തനും ഉത്സാഹിയുമായിരുന്നു. കായികമായി എന്തിനേയും എതിർക്കുവാനുള്ള ത്വര ചെറുപ്പംമുതലേ ഉണ്ടായിരുന്നു. ഒരിക്കൽ പന്തുകളിച്ചുകൊണ്ടിരിക്കേ താൻ അടിച്ചുയർത്തിയ പന്ത് സവർണനായ ഒരാളുടെ വീടിനുമുകളിലാണ് വീണത്. ബാലനായ കാളിയുടെ ഈ പ്രവൃത്തി അയാളെ കുറച്ചൊന്നുമല്ല ക്ഷോഭിപ്പിച്ചത്. ഒരു കുട്ടിയുടെ നിഷ്കളങ്കവും കുസൃതിനിറഞ്ഞതുമായ ഒരു കളിയായല്ല അയാൾ ഇതിനെ കണ്ടത്. കാരണം ജാതിയുടെ തിമിരക്കണ്ണുകളിലൂടെ യാണ് കാളിയുടെ കളിയെ അയാൾ കണ്ടത്. കാളിയെ അയാൾ ജാതി പ്പേരുവിളിച്ച് ശകാരിച്ചു. മറ്റ് കുട്ടികളോടൊപ്പം കളിക്കാനുള്ള അവകാശ ം ഇല്ലെന്ന് അയാൾ പറഞ്ഞതിന്റെ പൊരുൾ ആ ബാലന് മനസിലായില്ല. മറ്റുള്ള കുട്ടികളിൽനിന്ന് താൻ അകന്നുനിൽക്കേണ്ടവനാണെന്ന ബോധം ആ കൊച്ചുമനസിൽ വലിയ മുറിവുകളുണ്ടാക്കി. അതിന്റെ അപമാന ബോധത്തിൽനിന്ന് കരകയറാൻ എത്ര ശ്രമിച്ചിട്ടും കഴിയുന്നില്ല. ഈ സംഭവം കാളിയെ ഇരുത്തിച്ചിന്തിപ്പിച്ചു. തന്റേതല്ലാത്ത കാരണത്താലാണ് താൻ വഴക്കുകേൾക്കുകയും അപമാനിക്കപ്പെടുകയും ചെയ്തതെന്ന് കാളിക്കറിയാമായിരുന്നു. പന്ത് പുരയ്ക്കുമേൽ വീണതല്ല യഥാർഥ കാര ണമെന്ന് ആ ബാലന് മനസിലായി. കുറെ നാളുകൾ മറ്റാരുമായും കൂട്ടു കൂടാതെ കാളി ഏകാന്തമായി കഴിഞ്ഞു.

വ്യവസ്ഥിതിയോടുള്ള അടങ്ങാത്ത രോഷം അയ്യൻകാളിയിൽ ഉണർ ത്തിവിട്ട സംഭവമായിരുന്നു അത്. അയ്യൻകാളിയുടെ സഹോദരങ്ങളും അവരുടെ കൂട്ടുകാരുമൊക്കെച്ചേർന്ന് കായികാഭ്യാസങ്ങളും മറ്റും അഭ്യ സിക്കാൻ തുടങ്ങി. ഒപ്പം ചില കലാപ്രവർത്തനങ്ങളും. ചെന്താരശ്ശേരി എഴുതുന്നു:

ഒരുത്തനെയും കുമ്പിടുന്ന സ്വഭാവക്കാരനായിരുന്നില്ല അയ്യൻ കാളി. തല ഉയർത്തിപ്പിടിച്ചേ നടക്കൂ. ആജാനുബാഹുക്കൾ വീശി നെഞ്ചുവിരിച്ചു നടക്കുന്നതു കാണുമ്പോൾ ജാതിക്കാർക്കു ഹാലി ളകും. അവരുടെ കലിതുള്ളൽ കാണുന്നത് ആ ബാലന് ബഹുരസ മാണ്. അല്ലലില്ലാത്ത ജീവിതം അവന്റെ ശരീരത്തെ പുഷ്ടിപ്പെ ടുത്തി. കായികാധാനവും കായികാഭ്യാസവും മാംസപേശികളെ സുദൃഢമാക്കി. (*കേരളചരിത്രത്തിന്റെ ഗതിമാറ്റിയ അയ്യൻകാളി*)

ജോലി കഴിഞ്ഞ് അയ്യൻകാളിയും മറ്റുള്ള സഹോദരന്മാരും സുഹൃ

ത്തുക്കളും ഒത്തുകൂടും. അവർ ഗാനങ്ങളും നാടകവുമൊക്കെ അവതരി
പ്പിക്കും. അയ്യൻകാളിയാണ് അതിനൊക്കെ നേതൃത്വം വഹിക്കുക. അതു
പോലെ കളരിപോലുള്ള ആയോധനമുറകളും അവർ അഭ്യസിച്ചു. ജാതി
വ്യവസ്ഥയ്ക്കുള്ളിൽ നരകജീവിതം നയിച്ചിരുന്ന കീഴാളവിഭാഗങ്ങൾക്ക്
സ്വയരക്ഷയ്ക്കും ആത്മവിശ്വാസത്തിനും ഇത്തരം കായികമുറകൾ
സഹായിച്ചിരുന്നു. പുലയർ, പറയർ തുടങ്ങിയ ജനവിഭാഗങ്ങൾ അക്കാ
ലത്ത് കായികാഭ്യാസം നടത്തിയിരുന്നതിന് നിരവധി തെളിവുകളുണ്ട്.
അതിലൊന്ന് ചെങ്ങന്നൂരാദി എന്ന ദളിത് അഭ്യാസിയുടെ വീരഗാഥകളുടെ
പാട്ടുകളാണ്.

ആയോധനാഭ്യാസം അയ്യൻകാളിയുടെ ജീവിതത്തിൽ വലിയമാറ്റ
ങ്ങളുണ്ടാക്കി. അദ്ദേഹത്തിന്റെ പെരുമാറ്റം സവർണരിൽ വലിയ എതിർപ്പു
കൾ ഉണ്ടാക്കി. ജാതിയെ കൂസാതെ നെഞ്ച് വിരിച്ച് നടക്കുന്ന അയ്യൻകാ
ളിയെ ഒരു ധിക്കാരിയായാണ് കണ്ടത്.

1888 മാർച്ച് മാസത്തിൽ അയ്യൻകാളി വിവാഹിതനായി. മഞ്ചാകുഴി
യിലെ ചെല്ലമ്മയായിരുന്നു വധു. വിവാഹശേഷം അവർ തെക്കേവിളയി
ലാണ് താമസിച്ചത്. അദ്ദേഹത്തിന് ഏഴ് സന്താനങ്ങളുണ്ടായെങ്കിലും
രണ്ടുപേർ മരിച്ചുപോയി. പൊന്നു, ചെല്ലപ്പൻ, കൊച്ചുകുഞ്ഞ്, ശിവതാണു,
തങ്കമ്മ എന്നിവരാണ് അയ്യൻകാളി ചെല്ലമ്മ ദമ്പതികളുടെ മക്കൾ.

അയ്യൻകാളിക്ക് വിദ്യാഭ്യാസം നേടാൻ കഴിഞ്ഞിരുന്നില്ല. അയ്യൻ
കാളിക്ക് മാത്രമല്ല, അന്നത്തെ അധഃസ്ഥിത സമൂഹത്തിന് വിദ്യ അഭ്യ
സിക്കാനുള്ള അവകാശമുണ്ടായിരുന്നില്ല. മാത്രമല്ല പൊതുവഴിയിലൂടെ
നടക്കാൻ പോലും സ്വാതന്ത്ര്യമില്ലാത്ത ഒരു ജനത. മൃഗങ്ങൾക്ക് ലഭി
ക്കുന്ന പരിഗണന പോലും അന്ന് ദളിത് സമൂഹത്തിന് ലഭിച്ചിരുന്നില്ല.
ജാതിവ്യവസ്ഥയ്ക്കുകീഴിൽ തന്റെ ജനത നൂറ്റാണ്ടുകളായി അനുഭവി
ക്കുന്ന ദുരിത ജീവിതത്തെക്കുറിച്ച് മാത്രമായിരുന്നു അയ്യൻകാളിയുടെ
ചിന്ത. പൊതു ഇടങ്ങളിൽ നിന്നും പൊതുവഴികളിൽ നിന്നും മാറി ഒളി
ച്ചുകഴിയേണ്ടിവരുന്ന ദളിത് സമൂഹത്തിന്റെ വിമോചനം മാത്രമായിരുന്നു
അദ്ദേഹത്തിന്റെ മനസിൽ. സവർണതയുടെ ജാതിഭ്രാന്തിനെ ചങ്ങലയ്ക്കി
ട്ടാൽ മാത്രമേ തന്റെ ജനതയ്ക്ക് മോചനമുണ്ടാകൂ എന്ന ബോധ്യം അയ്യൻ
കാളിയെ കർമോത്സുകനാക്കി. അത് നവോത്ഥാന കേരളത്തിന്റെ ചരി
ത്രത്തെ തന്നെ മാറ്റിമറിച്ചു.

പൊതുവഴി ഉപയോഗിക്കാനുള്ള സ്വാതന്ത്ര്യം നേടിയെടുക്കുകയാണ്
ആദ്യം വേണ്ടതെന്ന് അദ്ദേഹം മനസിലാക്കി. അതിനായി സവർണതയെ
വെല്ലുവിളിക്കാൻ തന്നെ അദ്ദേഹം തീരുമാനിച്ചു. അതിന്റെ ഭാഗമായി
പുറത്തുനിന്ന് കളരി ആശാന്മാരെ വരുത്തുകയും തന്റെ അനുയായി
കൾക്ക് കായികാഭ്യാസത്തിൽ പരിശീലനം കൊടുക്കുകയും ചെയ്തു.
ദളിതരുടെ പൊതു ഇടങ്ങളിലേക്കുള്ള പ്രവേശനത്തിനാണ് അയ്യൻകാളി
ആദ്യം പ്രാധാന്യം കൊടുത്തതെന്നത് വെറും യാദൃച്ഛികമല്ല. കാരണം
ഉൽപ്പാദനത്തിൽ നേരിട്ടിടപെട്ടിരുന്ന കീഴാള സമൂഹം ഉൽപ്പാദനബന്ധ

ങ്ങൾ സൃഷ്ടിക്കുന്ന പൊതുവ്യവഹാരങ്ങൾക്ക് പുറത്തുനിൽക്കേണ്ടവ രല്ല എന്ന തിരിച്ചറിവ് അയ്യൻകാളിക്കുണ്ടായിരുന്നു. പുതിയ തലമുറയ്ക്ക് ചിന്തിക്കാൻ പോലും കഴിയാത്ത വിവേചനങ്ങളാണ് അന്നുണ്ടായിരുന്നത്. അയ്യൻകാളിയുടെ ജീവചരിത്രമെഴുതിയ ടി എച്ച് പി ചെന്താരശ്ശേരി എഴു തുന്നു:

> ആശുപത്രികൾ പൊതുജനങ്ങൾക്കെല്ലാം അവകാശപ്പെട്ടതാണ്. എന്നാൽ അയിത്തവിഭാഗക്കാർക്ക് ആ പൊതുസ്ഥാപനത്തിൽ പ്രവേശനമില്ല. തീണ്ടാപ്പാട് അകലെ നിന്നുകൊണ്ട് അപ്പോത്തി ക്കിരി (ഡോക്ടർ) യോട് രോഗവിവരം പറയണം. ജാതിക്കാരായ രോഗികളെല്ലാം പോയിക്കഴിയുമ്പോൾ മാത്രം. ആ സർക്കാർ ഭിഷ ഗ്വരൻ അയിത്ത ജാതിക്കാരയ രോഗികളെ പരിശോധിക്കയോ സ്പർശിക്കുകയോ ചെയ്യുകയില്ല. രോഗവിവരം ഉച്ചത്തിൽ വിളിച്ചു പറയുന്നത് കേട്ടിട്ട് എന്തെങ്കിലും ഗുളിക പൊതിഞ്ഞ് എറിഞ്ഞു കൊടുക്കുകയും തുള്ളിമരുന്നാണെങ്കിൽ ആശുപത്രി മുറ്റത്ത് തീണ്ടാപ്പാടകലെ കുപ്പിവച്ചിരുന്നാൽ അതിൽ ഒഴിച്ചുകൊടുക്കും. (*കേരളചരിത്രത്തിന്റെ ഗതി മാറ്റിയ അയ്യൻകാളി*)

ബ്രിട്ടീഷ് റസിഡന്റായിരുന്ന ബല്ലാർഡ് തിരുവിതാംകോട്ട് ചീഫ് സെക്രട്ടറിക്ക് 1870 മാർച്ച് 9 ന് അയച്ച കത്തിന്റെ അടിസ്ഥാനത്തിൽ റോബിൻ ജെഫ്രിയും ഇക്കാര്യങ്ങൾ വിവരിച്ചതായും അദ്ദേഹം എഴുതി യിട്ടുണ്ട്.

പൊതു ഇടങ്ങളിലേക്കുള്ള പ്രവേശനത്തിന് പൊതുവഴിയിലൂടെ നട ക്കാനുള്ള അവകാശം പ്രധാനമാണ്. പൊതുവഴി ഉപയോഗിക്കാനുള്ള അവകാശം സാധിച്ചു കിട്ടുന്നതിനായുള്ള ധീരമായ സമരമുഖമാണ് അയ്യൻകാളി തുറന്നത്. അക്കാലത്ത് സാധരണയായി ഉണ്ടായിരുന്ന വാഹനം കാളവണ്ടിയായിരുന്നു. കാളവണ്ടിയുടെ തന്നെ ആഡംഭര വാ ഹനമാണ് വില്ലുവണ്ടി. സവർണ ജന്മിപ്രമാണിമാരാണ് വില്ലുവണ്ടിയിൽ യാത്രചെയ്യുന്നത്.

കാളവണ്ടി പോയിട്ട് ആ വഴിയിലൂടെ നടക്കാൻപോലും സ്വാതന്ത്ര്യ മില്ലാതിരുന്ന കാലത്താണ് അയ്യൻകാളി ഒരു വില്ലുവണ്ടി വാങ്ങുന്നത്. ആ വില്ലുവണ്ടിയാണ് ആധുനിക കേരളത്തിന്റെ ചരിത്രത്തിലേക്കു പാഞ്ഞുകയറി വിപ്ലവം സൃഷ്ടിച്ചത്.

അയ്യൻകാളി തന്റെ വില്ലുവണ്ടിയിൽ വെള്ള ധോത്തിയും ബനിയനും തലപ്പാവും ധരിച്ചുകൊണ്ട് പൊതുവഴിയിലൂടെ സഞ്ചരിക്കാൻ ആരംഭിച്ചു. 1893 ലാണ് ഈ സംഭവം. ജാതിയുടെ കോട്ടകൾ നടുങ്ങി വിറച്ചു. വില്ലു വണ്ടിയിലെ കാളകളുടെ കഴുത്തിൽ കെട്ടിയ വലിയ മണി ജാതിയ്ക്കെ തിരെയുള്ള വെല്ലുവിളി പോലെ മുഴങ്ങിക്കൊണ്ടിരുന്നു. വെങ്ങാനൂരിന്റെ ജാതി വഴികളെ വെല്ലുവിളിച്ചുകൊണ്ട് അയ്യൻകാളിയുടെ വില്ലുവണ്ടി കുതിക്കുകയാണ്. ഈ സംഭവം നടന്ന് വർഷങ്ങൾക്കുശേഷം 1910ലാണ്

പത്തുവയസ്സുള്ള അംബേദ്കറിനും സഹോദരനും സത്താറയിലേക്കുള്ള യാത്രയിൽ അയിത്തജാതിക്കാരായതിനാൽ കാളവണ്ടി ലഭിക്കാതിരുന്നത്. അയ്യൻകാളി അതിനുമുമ്പ് തന്നെ കേരളത്തിൽ വഴിനടക്കാനുള്ള അവകാശത്തിനുവേണ്ടി വലിയ സമരം തുറന്നിരുന്നു.

ജാതിഭ്രാന്ത് പിടിച്ച സവർണ ഗുണ്ടകൾ അയ്യൻകാളിയുടെ വില്ലുവണ്ടിക്കുനേരെ കുതിച്ചെത്തി. അവർ കല്ലും വടിയുമായി വണ്ടിയിലിരുന്ന അയ്യൻകാളിയെ ആക്രമിക്കാൻ ശ്രമിച്ചു. പക്ഷേ ഇതൊന്നും കണ്ട് അദ്ദേഹം പതറിയില്ല. ആത്മാഭിമാനവും ആത്മവിശ്വാസവും ആർജിച്ചെടുത്ത അയ്യൻകാളി തലയുയർത്തിപ്പിടിച്ചുകൊണ്ട് സവർണ ഗുണ്ടകളെ നേരിട്ടു. അദ്ദേഹത്തിന്റെ അടിപതറാത്ത ധീരതയിൽ ജാതിസർപ്പങ്ങളുടെ പത്തി മെല്ലെ താണു പോയി.

നാളിതുവരെ തുടർന്നുപോന്നിരുന്ന ജാതി വ്യവസ്ഥയുടെ കോട്ടകളിലാണ് ഈ വില്ലുവണ്ടിയാത്രയിലൂടെ വിള്ളലുണ്ടായത്. അതുകൊണ്ടു തന്നെ നവോത്ഥാന ചരിത്രത്തിലെ സുപ്രധാന അധ്യായമായാണ് അയ്യൻകാളിയുടെ വില്ലുവണ്ടി സമരം പരിഗണിക്കപ്പെടുന്നത്.

2

പൊതുവഴികടന്ന് സ്കൂളിലേക്ക്

അറിവ് അവകാശബോധത്തെയും അധികാരത്തെയും നിർമി
ക്കുന്നു. അജ്ഞത അന്ധകാരത്തിന്റെ തടവുമുറിയാണ്. അക്ഷരമാണ്
വാക്കുകളാവുന്നത്. വാക്കുകളിൽ ആശയത്തിന്റെ വിത്തുകൾ ഉറങ്ങി
ക്കിടക്കുന്നു. ഈ വിത്തുകളാണ് അറിവിന്റെ വൃക്ഷങ്ങളായി പടർന്നു
പന്തലിക്കുന്നത്. എത്രയോ നൂറ്റാണ്ടുകളായി ഈ അറിവിന്റെ വിത്തു
കൾ ദളിതർക്ക് നിഷേധിക്കപ്പെട്ട കനിയായിരുന്നു. അധഃസ്ഥിതന് വിദ്യാ
ഭ്യാസം ചെയ്യാനുള്ള അവകാശം *മനുസ്മൃതി* വിലക്കുകയാണ്. മനു
സംഹിതയിൽ അടിയുറച്ച ബ്രാഹ്മണ-ജാതി മേധാവിത്വം ദളിതരെ മനു
ഷ്യരായിപ്പോലും പരിഗണിച്ചിരുന്നില്ല. അക്ഷരം അടിമയെ സ്വതന്ത്രമാ
ക്കുമെന്ന് അവർക്കറിയാമായിരുന്നു. ജാതിവ്യവസ്ഥയുടെ ഇരകളായി
ജീവിച്ച ദളിത് സമൂഹത്തിന്റെ സ്വാതന്ത്ര്യം വിദ്യാഭ്യാസത്തിലൂടെ മാത്രമേ
ലഭിക്കുകയയുള്ളൂ എന്ന് അയ്യൻകാളി മനസിലാക്കി. താനടക്കമുള്ള തല
മുറകൾക്ക് ലഭിക്കാതെ പോയ ഈ അവകാശത്തിനുവേണ്ടിയായി പിന്നീട്
അദ്ദേഹത്തിന്റെ പോരാട്ടം.

സഞ്ചാര സ്വാതന്ത്ര്യത്തിനു വേണ്ടിയുള്ള സമരത്തിന് നേരിടേണ്ടി
വന്ന എതിർപ്പിനെക്കാൾ രൂക്ഷമായ എതിർപ്പാണ് വിദ്യാഭ്യാസത്തിനു
വേണ്ടിയുള്ള സമരത്തിനു നേരിടേണ്ടിവന്നത്. വിദ്യാഭ്യാസം ഒരു സാംസ്
കാരിക വ്യവഹാരമാണ്. അതിലേക്ക് ദളിതുകൾ പ്രവേശിക്കുക എന്നത്
സവർണരെ സംബന്ധിച്ച് അചിന്ത്യമായിരുന്നു. തങ്ങളുടെ കുലധർമമാണ്
അതോടെ മുടിഞ്ഞ് പോകുന്നത്. മനു കെട്ടിയുയർത്തിയ നിയമസംവി
ധാനമാണ് തകർന്നടിയുന്നത്. ഇതിന് അക്കാലത്തെ ഭരണകൂടവും കൂട്ടു
നിന്നു. ഡോ. പൽപ്പുവിന്റെ അനുഭവം തന്നെ അതിനുദാഹരണമാണ്.
ഡോക്ടറായ പൽപ്പു തിരുവിതാംകൂറിൽ ജോലിക്കപേക്ഷിച്ചപ്പോൾ ഈഴ

വരുടെ കുലത്തൊഴിൽ കള്ളുചെത്താണ് അതുകൊണ്ട് ജോലിതരാൻ
I grb rsÃ¶ nW vk À¡ nÀ add¡ Sn] dª Xv(ZerXv_ Ô p *അയ്യൻ
കാളി ജീവിതവും ദർശനവും*)

അധഃസ്ഥിതന്റെ അധ്വാനമാണ് സവർണരുടെ മിച്ചസമയം ഉണ്ടാ
ക്കിയത്. ഈ മിച്ചസമയത്തിൽനിന്നാണ് ഇവിടെ കലയും സാഹിത്യവും
ഉണ്ടായത്. അതുകൊണ്ടുതന്നെ സവർണർ ഉല്പാദിപ്പിച്ച കലയിലും
സാഹിത്യത്തിലും കീഴാളർക്ക് ഇടമുണ്ടായിരുന്നില്ല. അവർ അവിടെ
അദൃശ്യരായിത്തുടർന്നു.

ഈ സാംസ്കാരികമായ അദൃശ്യതയ്ക്കെതിരെയുള്ള ദളിത് പക്ഷ
ത്തുനിന്നുള്ള ആദ്യത്തെ നീക്കമായിരുന്നു അയ്യൻകാളിയുടെ വിദ്യാഭ്യാ
സത്തിനായുള്ള പ്രക്ഷോഭം.

അധികാരത്തിലേക്കുള്ള സൂക്ഷ്മമായ ഇടപെടലാണ് വിദ്യാഭ്യസം.
ഒരധികാരവും ആരും താഴേക്ക് വെറുതെ ഇറക്കിക്കൊടുക്കില്ല എന്നത്
ഒരു ചരിത്രപാഠമാണ്. അയ്യൻകാളി താൻ നടന്നതും അനുഭവിച്ചതുമായ
വഴികളിൽനിന്ന് ഈ പാഠം തിരിച്ചറിഞ്ഞു. വിദ്യാഭ്യാസത്തിനുവേണ്ടി
പോരാടാൻ തന്നെ അദ്ദേഹം തീരുമാനിച്ചു.

1905 ൽ വെങ്ങാനൂരിൽ ഒരു കുടിപ്പള്ളിക്കൂടം സ്ഥാപിക്കുകയായി
രുന്നു അയ്യൻകാളി ആദ്യം ചെയ്തത്. ജാതിഭ്രാന്തന്മാർ അടങ്ങിയിരു
ന്നില്ല. ഓലയും മുളയും കൊണ്ട് കെട്ടിയുണ്ടാക്കിയ ആ പള്ളിക്കൂടത്തെ
അവർ അന്നു രാത്രിതന്നെ തീയിട്ടുനശിപ്പിച്ചു. എന്നാൽ അയ്യൻകാളിയും
കൂട്ടരും അടങ്ങിയിരുന്നില്ല. അതേപോലെ വീണ്ടും ഒരു പള്ളിക്കൂടം
സ്ഥാപിക്കുകയും നിലത്തെഴുത്ത് വിദ്യാഭ്യാസം ആരംഭിക്കുകയും
ചെയ്തു.

വിദ്യാഭ്യാസ പ്രക്ഷോഭം അവിടംകൊണ്ടവസാനിപ്പിക്കുവാൻ അയ്യൻ
കാളി തയ്യാറായില്ല. തങ്ങളുടെ കുട്ടികൾക്ക് സ്കൂൾ പ്രവേശനം നേടി
യെടുക്കാൻ അദ്ദേഹം അന്നത്തെ ദിവാനായിരുന്ന പി രാജഗോപാലാചാ
രിയെ ചെന്നു കണ്ടു. അധഃസ്ഥിതരുടെ പഠിക്കാനുള്ള അവകാശം സാധിച്ച്
തരുന്നതിലേക്കായി ഒരു നിവേദനം ദിവാൻ മുമ്പാകെ സമർപ്പിച്ചിട്ടാണ്
അയ്യൻകാളി മടങ്ങിയത്.

3
ചാലിയത്തെരുവ് കലാപം

അക്കാലത്ത് സദാനന്ദ സ്വാമിയെപ്പോലുള്ളവർ ദളിത് ജനതയെ ഹിന്ദുക്കളാക്കുവാനുള്ള ശ്രമങ്ങൾ നടത്തുന്നുണ്ട്. ഹിന്ദുത്വത്തിന്റെയും അതിന്റെ സൃഷ്ടിയായ ജാതിവ്യവസ്ഥയുടെയും കീഴിൽ മനുഷ്യരായി പ്പോലും പരിഗണിക്കപ്പെടാതെ ദുരിതജീവിതം നയിച്ച അധഃസ്ഥിത ജനത അതിൽനിന്നു മോചനം നേടുന്നതിനായി ക്രിസ്തുമതം സ്വീകരിക്കുവാൻ തുടങ്ങി. അത് ദളിതരെ സംബന്ധിച്ച് പുതിയ ലോകത്തേക്കുള്ള പ്രവേ ശനമായിരുന്നു. കൊളോണിയൽ ആധുനികതയായ മിഷനറി പ്രവർത്ത നങ്ങളെ ആഭ്യന്തര കൊളോണിയലിസമായ ജാതിവ്യവസ്ഥയ്ക്കും ബ്രാഹ്മണ ഹിന്ദുത്വത്തിനും എതിരായ ദലിത് വിമോചനത്തിന്റെ ഉപാ ധികളാക്കി മാറ്റാൻ ദലിതർ അവലംബിച്ച മാർഗമാണ് മതാരോഹണം. (*ബലിയാടുകളുടെ വംശാവലി, ടി എം യേശുദാസൻ*)

ഇതിനെതിരെ സവർണ ഹിന്ദുത്വം ബഹുമുഖമായ പ്രവർത്തന ങ്ങളാണ് നടത്തിയത്. കുറച്ചുകാലം അയ്യൻകാളി അവരുടെ പ്രവർത്ത നങ്ങളോട് സഹകരിക്കുകയുണ്ടായി. എന്നാൽ ദലിതരുടെ യഥാർഥ പ്രശ്നങ്ങൾക്ക് പരിഹാരംകാണാൻ ഇത്തരം പ്രവർത്തനങ്ങൾക്ക് കഴി യില്ല എന്ന് അദ്ദേഹം മനസിലാക്കി. അങ്ങനെ 1907 ൽ സാധുജനപരി പാലനസംഘം രൂപമെടുത്തു. അയ്യൻകാളിയായിരുന്നു സംഘത്തിന്റെ നേതാവ്. അടിച്ചമർത്തപ്പെടുന്ന എല്ലാ ജനതകൾക്കും വേണ്ടിയായിരുന്നു ഈ പ്രസ്ഥാനം നിലനിന്നിരുന്നത്.

വില്ലുവണ്ടി സമരത്തോടെ സവർണർ അയ്യൻകാളിയെ ശ്രദ്ധിക്കാൻ തുടങ്ങി. തങ്ങൾ തലമുറകളായി നിലനിർത്തിപ്പോരുന്ന ജാതിവ്യവസ്ഥ യുടെ കടപുഴക്കാൻ വന്ന ശത്രുവായാണ് അയ്യൻകാളിയെ അവർ കണ്ടത്. എന്നാൽ ദലിത് സമൂഹം ആ സമരത്തോടെ അയ്യൻകാളിയെ

തങ്ങളുടെ നേതാവായി കാണാൻ തുടങ്ങി. മർദിതരുടെ മനസിൽ സ്വാതന്ത്ര്യബോധത്തിന്റെ വിത്തുകൾ പാകാൻ അയ്യൻകാളിക്ക് കഴിഞ്ഞു. അവരിൽ ഉറങ്ങിക്കിടന്ന ആത്മാഭിമാനവും ആത്മവിശ്വാസവുമാണ് അയ്യൻകാളി ഉണർത്തിയത്. ദളിതരുടെ ഏതു പ്രശ്നങ്ങളിലും ഇടപെ ടാൻ അദ്ദേഹം ശ്രദ്ധചെലുത്തി.

വില്ലുവണ്ടി സമരംകൊണ്ട് അയ്യൻകാളി അടങ്ങിയിരുന്നില്ല. അദ്ദേഹം തന്റെ സഹപ്രവർത്തകരെ വിളിച്ചുകൂട്ടി അയ്യൻകാളിപ്പട എന്നൊരു സംഘമുണ്ടാക്കി. അവർക്ക് നല്ല നിലയിൽ കായിക പരിശീലനം നൽകി. തന്റെ വില്ലുവണ്ടി മാത്രം പൊതുവഴിയിലൂടെ സഞ്ചരിച്ചതുകൊണ്ടുമാത്രം പൊതുവഴി ഉപയോഗിക്കുവാനുള്ള അവകാശം ലഭിക്കുമെന്ന് അയ്യൻ കാളി കരുതിയില്ല. അതിന് തുടർച്ചയായ പ്രക്ഷോഭങ്ങൾ ആരംഭിക്കണം. പരസ്യമായ വഴിനടന്നുകൊണ്ട് തന്നെ അത് സ്ഥാപിച്ചെടുക്കേണ്ടതുണ്ട്. അവകാശം മുകളിൽനിന്ന് ആരും ഇറക്കിത്തരില്ല, അത് പൊരുതി നേടി യെടുക്കണമെന്ന ശരിയായ തിരിച്ചറിവ് അദ്ദേഹത്തിനുണ്ടായിരുന്നു.

1898 ൽ അയ്യൻകാളി തന്റെ അനുയായികളോടൊപ്പം വെങ്ങാനൂരിൽ നിന്ന് ബാലരാമപുരം ആറാലുംമൂട് പുത്തൻകട ചന്തയിലേക്ക് കാൽനട യായി നടന്നു. ചാലിയാർ തെരുവിൽവച്ച് ആ യാത്രാസംഘം സവർണ ഗുണ്ടകളാൽ തടയപ്പെട്ടു. പിന്നീട് കനത്ത പോരാട്ടമായിരുന്നു. സായുധ മായ ആ പോരാട്ടങ്ങളിൽ നിരവധിപേർക്ക് പരിക്കേറ്റു. അയ്യൻകാളിയും സംഘവും സവർണ ഗുണ്ടകളോട് പതറാതെ പോരാടിനിന്നു. ചാലിയ ത്തെരുവ് കലാപമെന്ന് ചരിത്രം രേഖപ്പെടുത്തിയ ആ സംഭവം ഇന്ത്യ യിലെ ജാതി വ്യവസ്ഥയ്ക്കും അതിന്റെ പ്രയോഗങ്ങൾക്കുമെതിരെയുള്ള ധീരമായ സമരമായിരുന്നു.

ഈ സമരം ദളിതരിൽ വലിയ ആവേശമുണർത്തി. സമരത്തിന്റെ സ്വാധീനം നാടിന്റെ വിവിധ ഭാഗങ്ങളിലേക്കു പടർന്നു കയറി. മർദിത ജനത സ്വാതന്ത്ര്യത്തിന്റെ പുതിയ അനുഭവങ്ങളിലേക്ക് പ്രവേശിക്കുക യായിരുന്നു. ചാലിയത്തെരുവ് സമരത്തിന്റെ ആവേശത്തിൽ പല ഭാഗ ങ്ങളിലും പ്രക്ഷോഭങ്ങളുണ്ടായി. മണക്കാട്, കണിയാപുരം, കഴക്കൂട്ടം, മുരുക്കുംപുഴ തുടങ്ങിയ സ്ഥലങ്ങളിൽ കലാപം രക്തരൂക്ഷിതമായി. അയ്യൻകാളിയുടെ നേതൃത്വത്തിലുള്ള യുവാക്കൾ ഈ സമരങ്ങൾക്ക് നേതൃത്വം നൽകി. സവർണരും പൊലീസുകാരും പ്രക്ഷോഭങ്ങളെ അടി ച്ചമർത്താൻ ശ്രമിച്ചു.

നൂറ്റാണ്ടുകളായി നാവു നഷ്ടപ്പെട്ട ദലിതർക്ക് പ്രതിഷേധത്തിന്റെ സ്വരം ലഭിച്ചപ്പോൾ അവർ ഇതുവരെ കാണിക്കാത്ത വീര്യത്തോടെ സമര രംഗത്തേക്കിറങ്ങി. അവരുടെ നേതാവ് അയ്യൻകാളിയായിരുന്നു.

ചരിത്രമില്ലാതിരുന്ന ജനത ചരിത്രത്തിലേക്ക് പ്രവേശിക്കുന്ന സമര മായിരുന്നു ഇത്. വില്ലുവണ്ടിയാത്രയുടെ തുടർച്ചയായിരുന്നു ചാലിയത്തെ രുവ് കലാപവും. ഫ്യൂഡൽ ജാതി നാടുവാഴിത്തത്തിനെതിരെയുള്ള ഐതിഹാസിക സമരമായിരുന്നു, വില്ലുവണ്ടി സമരവും ചാലിയത്തെ രുവ് കലാപവും.

ടി എച്ച് പി ചെന്താരശ്ശേരി എഴുതുന്നു:

ഒരു വിഭാഗത്തിന്റെയും നേതാവായിട്ടല്ല അയ്യൻകാളി തെരഞ്ഞെ
ടുക്കപ്പെട്ടത്. അദ്ദേഹം ജനിച്ചത് പുലയവിഭാഗത്തിലായിരുന്നുവെ
ങ്കിലും തന്റെ പ്രവർത്തനശൈലി ജാതിരഹിതമായിട്ടായിരുന്നു.
അസ്പൃശ്യരായ എല്ലാവരുടെയും മോചനവും രക്ഷയുമായിരുന്നു
അദ്ദേഹത്തിന്റെ ലക്ഷ്യം. പറയരും പുലയരും അയിനവരും കുറ
വരും അദ്ദേഹത്തിന്റെ കർമപരിപാടികൾക്കു പിന്തുണ നൽകി.
ഇത്ര വിശാലമായ അടിസ്ഥാനത്തിൽ സാമൂഹിക സേവനമാരംഭിച്ച
വേറൊരു നേതാവും പ്രസ്ഥാനവും അക്കാലത്തുണ്ടായിരുന്നില്ല.
(കേരള ചരിത്രത്തിന്റെ ഗതിമാറ്റിയ അയ്യൻകാളി)

സാധുജന പരിപാലന സംഘത്തിന്റെ പ്രധാന പരിപാടി സ്കൂൾ
പ്രവേശനമായിരുന്നു. അതിനായി അയ്യൻകാളിക്കുപിന്നിൽ ദളിത് ജനത
മുഴുവനും അണിനിരന്നു. 1907 ൽ തന്നെ അയിത്ത ജനവിഭാഗങ്ങൾക്ക്
സർക്കാർ സ്കൂളിൽ പ്രവേശനം അനുവദിച്ചുള്ള ഉത്തരവുണ്ടായിരുന്നെ
ങ്കിലും ഉദ്യോഗസ്ഥ പ്രമാണിമാർ ആ ഉത്തരവ് നടപ്പിലാക്കാതെ ഒളിച്ചു
വയ്ക്കുകയായിരുന്നു. ദിവാനുമായി നിരന്തരം ഇടപെട്ടുകൊണ്ടിരുന്ന
അയ്യൻകാളി ഈ ഉത്തരവിനെക്കുറിച്ചറിയാനിടയായി. സംഘംപ്രവർത്ത
കർ കുട്ടികളെ സ്കൂളിൽ ചേർക്കാൻ കൊണ്ടുചെന്നെങ്കിലും സ്കൂൾ
അധികൃതർ അതിനു തയ്യാറായില്ല. സർക്കാർ ഉത്തരവുപോലും ജാതി
മേധാവിത്വത്തിനു മുമ്പിൽ മുട്ടുമടക്കുന്ന കാഴ്ച.

ഈ സ്കൂളുകൾ നടത്തിയിരുന്നത് സവർണരായിരുന്നു. തങ്ങൾക്കു
വേണ്ടി പകലന്തിയോളം പണിയെടുക്കുന്നവരുടെ കുട്ടികൾക്ക് പ്രവേ
ശനം നൽകാൻ അവർ തയ്യാറായില്ല. തങ്ങളുടെ വയലിലും പറമ്പിലും
നാളെ പണിയെടുക്കേണ്ടവരാണ് ഇന്ന് സ്കൂൾ പഠനത്തിനായി വന്നിരി
ക്കുന്നത്. അയിത്തജാതിക്കാരന് ഇതൊക്കെ ഒരിക്കലും അനുവദിക്കപ്പെടു
യില്ല എന്നാണ് അന്നവർ കരുതിയിരുന്നത്.

സ്കൂൾ അധികൃതരുടെ നിഷേധാത്മക നിലപാട് അയ്യൻകാളിയെ
പിടിച്ചുലച്ചു. ഇതിനെതിരെ സമരങ്ങൾ അഴിച്ചുവിടേണ്ടതുണ്ടെന്ന്
അദ്ദേഹം തീരുമാനിച്ചു. സർക്കാർ അനുകൂലനിലപാട് സ്വീകരിച്ചിട്ടും
ജാതിഭ്രാന്തന്മാർക്ക് മുമ്പിൽ നിഷ്ക്രിയമായിപ്പോകുകയാണ്.

സ്വദേശാഭിമാനി രാമകൃഷ്ണപിള്ളയെപ്പോലുള്ളവർവരെ ദളിതരുടെ
സ്കൂൾപ്രവേശന ഉത്തരവിനെ നിശിതമായി വിമർശിക്കുകയാണ് ചെയ്
തത്. അധഃസ്ഥിതജനത സാംസ്കാരിക ഇടങ്ങളിലേക്ക് പ്രവേശിക്കുന്ന
തിലുള്ള അസഹിഷ്ണുത സ്വദേശാഭിമാനിയുടെ വാക്കുകളിൽ പ്രകട
മാണ്. അദ്ദേഹം എഴുതി:

എത്രയോ തലമുറകളായി ബുദ്ധിയെ കൃഷിചെയ്തുവന്നിട്ടുള്ള
ജാതിക്കാരെയും അതിനേക്കാൾ എത്രയോ ഏറെ തലമുറകളായി

നിലം കൃഷിചെയ്തു വന്നിരിക്കുന്ന ജാതിക്കാരേയും ഒന്നായി ചേർക്കുന്നത് കുതിരയേയും പോത്തിനേയും ഒരേ നുകത്തിൽ കെട്ടുകയായിരുന്നു. (സ്വദേശാഭിമാനി, 1910 മാർച്ച് 2)

1910 ൽ വീണ്ടും സർക്കാർ അധഃസ്ഥിതരുടെ സ്കൂൾ പ്രവേശന ത്തിനായി ഉത്തരവിറക്കിയെങ്കിലും അതും പ്രായോഗികമായില്ല. ഇനി ആരുടെയും ഔദാര്യത്തിനു കാത്തിരുന്നിട്ട് അർഥമില്ലെന്ന് അയ്യൻകാളി മനസിലാക്കി. ചാരം മൂടിക്കിടന്ന അവകാശബോധത്തിന്റെ കനലുകൾ അങ്ങനെ ആളിക്കത്തുവാൻ തുടങ്ങി.

അയ്യൻകാളി പൂജാരി അയ്യൻ എന്ന ദളിത് വിഭാഗത്തിൽപ്പെട്ട ഒരാ ളുടെ മകളായ പഞ്ചമിയുടെ കൈ പിടിച്ചുകൊണ്ട് ഊരുട്ടമ്പലം സ്കൂളി ലെത്തി. 1907 ൽ സ്ഥാപിതമായ ആ സ്കൂളിന്റെ മുറ്റത്തുപോലും ഇന്നേ വരെ ഒരു ദളിതനും കയറിയിരുന്നില്ല. 1910 ലാണ് ചരിത്രപ്രസിദ്ധമായ ഈ സംഭവം നടക്കുന്നത്. അയ്യൻകാളിയുടെ ഈ ശ്രമം സവർണരെ പ്രകോപിപ്പിച്ചു. അയ്യൻകാളി തന്റെ അനുയായികളുമൊത്താണ് പഞ്ച മിയെ സ്കൂളിൽ ചേർക്കുവാൻ എത്തിയത്. ഇതറിഞ്ഞ ജാതിഭ്രാന്തന്മാർ ഊരുട്ടമ്പലം കവലയിൽ ഒത്തുകൂടി. അയ്യൻകാളിയെയും സംഘത്തെയും അവർ കടന്നാക്രമിച്ചു. അയ്യൻകാളിയും സംഘവും ഒട്ടും പതറാതെ ധീര മായി ഈ അതിക്രമങ്ങളെ ചെറുത്തുനിന്നു. രാത്രിയിലും അക്രമവും ചെറുത്തുനിൽപ്പും തുടർന്നു. സവർണ ഗുണ്ടകൾ ദളിതരുടെ കുടിലുക ളിൽ അതിക്രമിച്ചുകയറി വളർത്തുമൃഗങ്ങളെ കൊന്നൊടുക്കി. അനേകം ദളിത് സ്ത്രീകൾ മാനഭംഗം ചെയ്യപ്പെട്ടു. നിസ്സഹായരായ സ്ത്രീകളും കുട്ടികളും ചിതറിയോടി. അവരുടെ പുരുഷന്മാർ പ്രാണരക്ഷാർഥം പൊന്ത ക്കാടുകളിൽ ഒളിച്ചു. എന്നാൽ അയ്യൻകാളിയുടെ ഒപ്പമുണ്ടായിരുന്ന സാഹ സികരായ യുവാക്കൾ ശക്തരായി ചെറുത്തുനിന്നു. ഒരാഴ്ചയോളം ഈ കലാപ കലുഷിതമായ അന്തരീക്ഷം തുടർന്നു. കൊച്ചപ്പിപിള്ള എന്ന ജന്മി ഈ സ്കൂൾ ഇനിയിവിടെ വേണ്ട, അത് കത്തിച്ചുകളയുമെന്ന് പ്രതി ജ്ഞയെടുത്തു. അതുപോലെ തന്നെ സംഭവിച്ചു. അധഃസ്ഥിതർ തീണ്ടി അശുദ്ധമാക്കിയ സ്കൂൾ എന്നതിനപ്പുറം അയ്യൻകാളി തുറന്നുവിട്ട ഈ സമരം സവർണരെ നടുക്കിക്കളഞ്ഞു. അതിന്റെ അസഹിഷ്ണുതയിൽ നിന്നാണ് അവർ സ്കൂൾ അഗ്നിക്കിരയാക്കുന്നത്.

ഊരുട്ടമ്പലത്ത് തൽക്കാലം കലാപം കെട്ടടങ്ങിയെങ്കിലും അതിന്റെ അലയൊലികൾ നാനാദിക്കിലേക്കും പടർന്നു. ദളിതർ അവകാശബോ ധത്തിന്റെ പുതിയ സംഘശബ്ദം കേൾക്കുകയായിരുന്നു. വെങ്ങാനൂർ, മാരായമുട്ടം, പെരുമ്പഴുത്തൂർ, കുന്നത്തുകാൽ തുടങ്ങിയ സ്ഥലങ്ങളി ലേക്ക് കലാപത്തിന്റെ കനലുകൾ ആളിപ്പടർന്നു. അയ്യൻകാളിയും സംഘവും ഈ സവർണരുടെ അതിക്രമങ്ങളിൽ പതറിയില്ല. അവർ സർ ക്കാർ ഉത്തരവുമായി സ്കൂളുകളിൽ കുട്ടികളെചേർക്കാനുള്ള ശ്രമങ്ങൾ തുടർന്നു.

ഊരൂട്ടമ്പലത്തിൽ നടന്ന സ്കൂൾ പ്രവേശന സമരങ്ങൾക്ക് സമാന മായ സംഭവം തിരുവല്ലയിലെ പുല്ലാട്ട് സ്കൂളിലും നടന്നു. വെള്ളിക്കര ചോതിയുടെ നേതൃത്വത്തിൽ കുറെ ആളുകൾ സംഘടിച്ച് ഏതാനും കുട്ടി കളെ അവിടെ ചേർക്കാൻ എത്തി. അദ്ദേഹത്തെയും കുട്ടികളെയും തട യുവാൻ സവർണർ ശ്രമിച്ചെങ്കിലും പരാജയപ്പെട്ടു.

പക്ഷേ സ്കൂളിലെ വിദ്യാർഥികൾ സ്കൂളിൽനിന്നിറങ്ങിയോടി. അന്നു രാത്രിതന്നെ സ്കൂൾ അഗ്നിക്കിരയാക്കപ്പെട്ടു. അന്ന് വെള്ളിക്കര ചോതിയുടെ കൈപിടിച്ച് സ്കൂൾപ്രവേശനത്തിനെത്തിയ കുട്ടികളിൽ ഒരാൾ പിൽക്കാലത്ത് സാമൂഹിക പ്രവർത്തകനും ഡെപ്യൂട്ടിസ്പീക്കറു മായിരുന്ന ടി ടി കേശവശാസ്ത്രിയായിരുന്നു.

4

ആദ്യത്തെ കാർഷിക പണിമുടക്ക് സമരം

മനുഷ്യാവകാശങ്ങൾക്കുവേണ്ടിയും സാമൂഹ്യപദവികൾക്കുവേണ്ടി യുമുള്ള മർദിത ജനതയുടെ സമരങ്ങളാണ് ആധുനിക കേരളത്തെ രൂപ പ്പെടുത്തിയത്. ഉൽപ്പാദനബന്ധങ്ങളിൽ നേരിട്ട് ഇടപെട്ടിരുന്ന ദളിതർ സാംസ്കാരിക ഇടങ്ങളിൽ നിന്നും ആട്ടിപ്പായിക്കപ്പെട്ടു. അതിന്റെ സാംസ് കാരിക യുക്തിയായി പ്രവർത്തിച്ചത് ജാതി വ്യവസ്ഥയായിരുന്നു. വഴി നടക്കാനും വിദ്യാഭ്യാസം ചെയ്യാനും അയിത്തം അവസാനിപ്പിക്കാനുമുള്ള ബഹുമുഖമായ സമരമാർഗങ്ങൾ അയ്യൻകാളി തുറന്നു.

ചരിത്രം, ജയിച്ചവന്റെ വീരഗാഥകളാവുമ്പോൾ ജനകീയ ചരിത്രമെന്ന ബദൽ അന്വേഷണങ്ങൾ പുതിയ വഴിതുറക്കുന്നു. അത്തരം അന്വേഷ ണങ്ങളിൽനിന്നാണ് അയ്യൻകാളി ചരിത്രത്തിൽ അടയാളപ്പെടുന്നത്.

അയ്യൻകാളി നയിച്ച ധീരവും ആവേശകരവുമായ സമരമായി കാർ ഷിക പണിമുടക്ക് സമരം ഇന്ന് പരിഗണിക്കപ്പെടുന്നു. കെ കെ എസ് ദാസ് എഴുതുന്നു:

> ജനങ്ങൾ അധികാര ചരിത്രത്തെ കടന്നാക്രമിച്ച് ചരിത്രം സൃഷ് ടിച്ചു. ഈ ജനകീയ ചരിത്രമാണ് മർദിതജാതി സമൂഹങ്ങളുടെ വിദ്യാഭ്യസ അവകാശവും കാർഷിക പണിമുടക്കു സമരവും. കാർ ഷിക പണിമുടക്ക് രാഷ്ട്രീയ സമരമാണ്. വിദ്യാഭ്യാസ അവകാശം സാംസ്കാരിക അവകാശമാണ്. സാംസ്കാരിക അവകാശത്തിന് രാഷ്ട്രീയ സമരം. (*അയ്യൻകാളി കേരള ചരിത്രത്തിൽ, ഭാഷാ ഇൻസ്റ്റിറ്റ്യൂട്ട്*)

പല നൂറ്റാണ്ടുകളായി ഉയർന്നുവന്ന ജാതി ജന്മിവിരുദ്ധ സമരങ്ങ ളുടെ ഉയർന്ന രൂപമായിരുന്നു അയ്യൻകാളിയുടെ ഈ സമരങ്ങൾ. അതിൽ

പ്രത്യേകം എടുത്തുപറയു
കയും വിവിധമാനങ്ങളിലേക്ക്
വളരുകയും ചെയ്ത സമര
മാണ് കാർഷിക പണിമുടക്ക്
സമരം.

യഥാർഥത്തിൽ ഈ കാർ
ഷികപണിമുടക്കു സമരം
കാർഷികാവകാശത്തിലല്ല ഊ
ന്നിയത്; വിദ്യാഭ്യസം ചെയ്യാ
നുള്ള അവകാശത്തിനു വേണ്ടി
യായിരുന്നു. സ്കൂൾപ്രവേശന
ത്തിനായി സർക്കാർ അനുമതി
യുണ്ടായിട്ടും സവർണരുടെ
രൂക്ഷമായ എതിർപ്പുമൂലം
അയ്യൻകാളിയുടെയും മറ്റും
സ്കൂൾപ്രവേശന ശ്രമങ്ങൾ
പലപ്പോഴും പരാജയപ്പെടു
കയാണുണ്ടായത്. അയ്യൻ
കാളി നിരന്തരം പരാതികളു

അയ്യൻകാളി

മായി സർക്കാരിനെ സമീപിച്ചുകൊണ്ടിരുന്നു. നാനാദിക്കിലും ലഹളകൾ
പ്രത്യക്ഷപ്പെടാൻ തുടങ്ങി. ഇതു മനസിലാക്കിയ വിദ്യാഭ്യാസ ഡയറ
ക്ടറായിരുന്ന മൈക്കിൾ സായ്പ് സ്ഥിതിഗതികൾ വിലയിരുത്താൻ
സ്കൂളുകൾ സന്ദർശിക്കാൻ തുടങ്ങി. അദ്ദേഹം അയിത്ത വിഭാഗക്കാർക്ക്
നേരിട്ടുപ്രവേശനം കൊടുക്കാൻ തുടങ്ങിയപ്പോൾ രോഷാകുലരായ
സവർണ ഗുണ്ടകൾ സായ്പിന്റെ ജീപ്പ് ഉന്തിക്കൊണ്ട് പോയി തീവെച്ചു
നശിപ്പിച്ചു.

അധഃസ്ഥിതരുടെ കുട്ടികൾ ക്ലാസിൽ പ്രവേശിക്കുമ്പോൾ മറ്റുകുട്ടി
കൾ മറുവശത്തുകൂടെ ഇറങ്ങിപ്പോകും. അവർക്ക് വിദ്യയേക്കാൾ ജാതി
വ്യവസ്ഥയെ സംരക്ഷിക്കുകയായിരുന്നു മുഖ്യം. കുട്ടികളുടെ മനസിൽ
പോലും ഇത്തരം അസ്പൃശ്യതയുടെ വിഷവിത്തുകൾ വിതയ്ക്കാൻ
ജാതിക്കു കഴിഞ്ഞു എന്നിടത്താണ് അതിന്റെ സാംസ്കാരിക അധിനി
വേശത്തെ കാണേണ്ടത്. മനുഷ്യന്റെ അബോധത്തിലാണ് ജാതി കൂടു
കൂട്ടിയിരിക്കുന്നത്. അതുകൊണ്ടാണ് അത് ഇന്നും പ്രത്യക്ഷവും പരോ
ക്ഷവുമായി തകരാതെ തുടരുന്നതും.

കറുത്തവരുടെ സ്കൂൾപ്രവേശനത്തോടെ കറുത്തവരല്ലെന്നഭിമാനി
ക്കുന്ന വർഗം സ്കൂളിൽനിന്ന് ഇറങ്ങിയോടുന്നതായി മനസിലാക്കിയ
മൈക്കിൾ സായ്പ് ഒരു പ്രതിവിധി നിർദേശിച്ചു: നേരത്തേ അനുവാദം
വാങ്ങാതെ ഹാജരാകുന്ന കുട്ടികൾക്ക് ആ സ്കൂളിൽ മാത്രമല്ല, മറ്റ് സ്കൂ
ളിലും പ്രവേശനം ലഭിക്കില്ല. ആ ഉത്തരവിനെ പരാജയപ്പെടുത്താൻ സവർ
ണർ, മുൻകൂട്ടിത്തന്നെ തങ്ങളുടെ കുട്ടികളെ വ്യാജമായി പ്രവേശനം

നൽകി സീറ്റ് മുഴുവൻ തികച്ചു. ഇനി അയിത്തജാതിക്കാർ വന്നാലും സീറ്റില്ല എന്നു പറഞ്ഞ് അവരെ ഒഴിവാക്കാമല്ലോ.

എങ്ങനെയും വിദ്യാഭ്യാസത്തിൽനിന്ന് ദളിതരെ അകറ്റിനിർത്തുക യായിരുന്നു അവരുടെ ഉദ്ദേശ്യം. ഇതിനെ ചെറുക്കുന്നതിനായാണ് അയ്യൻകാളി വെങ്ങാനൂരിൽ സ്വന്തമായി ഒരു സ്കൂൾ തുടങ്ങിയത്. ദളി തർക്കുവേണ്ടി ഒരു സ്കൂൾ ദളിതനാൽ നിർമിക്കപ്പെടുക എന്നത് കേര ളത്തിൽ ആദ്യമായിരുന്നു. പക്ഷേ ഈ പരിശ്രമങ്ങൾക്കെതിരെയും സവർണർ രൂക്ഷമായ അക്രമങ്ങൾ അഴിച്ചുവിട്ടു. സ്കൂൾ തുടങ്ങിയ പ്പോൾ ആരാണ് പഠിപ്പിക്കുക എന്ന പ്രശ്നം തലയുയർത്തി. ആ ചരിത്ര സംഭവത്തെക്കുറിച്ച് ചെന്താരശ്ശേരി എഴുതുന്നു:

> നിരന്തരമായ അന്വേഷണഫലമായും ചില പ്രലോഭനങ്ങൾക്കു വശംവദനായും കുമാരനാശാന്റെ പ്രോത്സാഹനഫലമായും കൈതമുക്കിലുള്ള പരമേശ്വരൻ പിള്ള എന്നൊരു സാഹസികൻ അധ്യാപകനാകാൻ തയ്യാറായി. ആ സാഹസികനെ ഒരു നോക്കു കാണാൻ നാട്ടുകാർ തിക്കിത്തിരക്കിയെത്തി. പഠിക്കുവാനുള്ള കുട്ടി കളെ തേടിപ്പിടിച്ചതുതന്നെ പ്രയാസപ്പെട്ടാണ്. അവരെല്ലാം തന്നെ ബാലദശ കടന്നുകഴിഞ്ഞവരും.

> ആശാൻ ഹരിശ്രീ ഉച്ചരിച്ചു. പെട്ടെന്ന് സ്കൂളിന്റെ നാലുപാടു നിന്നും ഉച്ചത്തിലുള്ള കൂക്കി വിളിയുയർന്നു. അത് അവിരാമം തുടർന്നപ്പോൾ സ്കൂൾ നടത്തിപ്പുകാർക്ക് വാശിയായി. അതിന്റെ ഫലമായി നടന്ന ഉന്തും തള്ളും അടിപിടിയിൽ കലാശിച്ചു.

ഈ സ്കൂളും സവർണഗുണ്ടാപ്പട അഗ്നിക്കിരയാക്കി. വിദ്യാഭ്യാസ ത്തിന്റെ ഏഴയലത്തുപോലും ദളിതരെ പ്രവേശിപ്പിക്കില്ല എന്ന ജാതി ഭ്രാന്തന്മാരുടെ വാശി ദൈനംദിനം വർധിക്കുകയാണെന്ന് അയ്യൻകാളി മനസിലാക്കി.

വിദ്യാഭ്യാസം ലഭിക്കുന്നതിന് ഇനിയും പോരാട്ടങ്ങൾ ശക്തിപ്പെടു ത്തേണ്ടതുണ്ടെന്ന് അയ്യൻകാളി മനസിലാക്കി. സവർണരുടെ കലവറക ളിൽ ധാന്യം നിറയ്ക്കുന്നത് അടിയാളന്റെ വിയർപ്പിലൂടെയാണ്. അധ്വാ നത്തിന്റെ മഹത്വത്തിന് വിലയില്ലാത്ത ദുഷിച്ചുനാറിയ സാമൂഹിക വ്യവ സ്ഥയിൽ അടിയാളന്റെ അധ്വാനത്തെ സമരായുധമാക്കിമാറ്റാൻ അയ്യൻ കാളി തീരുമാനിച്ചു. തന്റെ ജനതയുടെ കുട്ടികൾക്ക് പഠിക്കുവാൻ സ്കൂൾ വാതിൽ തുറക്കുന്നില്ലെങ്കിൽ ഇക്കാണുന്ന പാടങ്ങളിൽ ഞങ്ങൾ മുട്ടി പ്പുല്ലു മുളപ്പിക്കുമെന്ന് അദ്ദേഹം പ്രഖ്യാപിച്ചു.

നേരിട്ട് ഉൽപ്പാദനത്തിൽ ഇടപെട്ടിരുന്ന ദളിത് ജനത സാംസ്കാ രിക അവകാശത്തിനും അധികാരത്തിനും വേണ്ടിയുള്ള പോരാട്ടത്തിന്റെ ഭാഗമായാണ് പണിമുടക്കിനെ കണ്ടത്. അഥവാ സാംസ്കാരിക മൂലധനം കൈവശമില്ലാത്തവർ സ്വന്തം അധ്വാനശക്തിയെ സാംസ്കാരിക കർത്തൃ ത്വത്തിലേക്കുള്ള പ്രവേശനത്തിനായി ഉപയോഗിക്കുകയായിരുന്നു.

അയ്യൻകാളിയുടെ ഈ സമരത്തിന്റെ വൈരുധ്യാധിഷ്ഠിത രീതി പിൽ ക്കാല സമരമുന്നേറ്റങ്ങളെ ഗുണകരമായി സ്വാധീനിച്ചു.

അയ്യൻകാളിയുടെ ഈ സമരാഹ്വാനത്തിൽ അധസ്ഥിതജനത ഒരേ മനസോടെ പങ്കെടുത്തു. സമരനോട്ടീസ്, ഉച്ചഭാഷിണി തുടങ്ങിയവ ഇല്ലാ തിരുന്ന അക്കാലത്ത് സമരത്തിന്റെ പ്രചാരണം ദുഷ്കരമായിരുന്നു. പക്ഷേ സമരം കാട്ടുതീപോലെ പടർന്നു. പാടത്തിറങ്ങി വിത്തുവിതയ്ക്കു ന്നവരും പറമ്പിൽ പണിയെടുക്കുന്നവരും തങ്ങളുടെ അധ്വാനം നിർത്തി വച്ചു. സമരത്തിന്റെ പ്രാരംഭഘട്ടത്തിൽതന്നെ പെരുമ്പഴുത്തൂർ, കണ്ടല, കണിയാപുരം, പള്ളിച്ചൽ എന്നിവിടങ്ങളിലെയും മുടവൂപ്പാറ മുതൽ വിഴിഞ്ഞം വരെ നീണ്ടുകിടക്കുന്ന നെൽവയലുകളിൽ പണിയെടുത്തി രുന്ന തൊഴിലാളികൾ പണിമുടക്കിൽ സജീവമായി പങ്കെടുത്തു.

ആദ്യഘട്ടത്തിൽ സമരത്തോട് ജന്മിമാർക്ക് വലിയ പരിഹാസമായി രുന്നു. അന്നന്നത്തെ വേലകൊണ്ട് വയറുനിറയ്ക്കുന്നവർ ജോലിചെയ്യാ തിരിക്കുമ്പോൾ പട്ടിണിയാവുമെന്നും വിശപ്പുസഹിക്കാതാവുമ്പോൾ അവർ തനിയെ പണിക്കിറങ്ങി അവർതന്നെ സമരം പൊളിക്കുമെന്നുമാ യിരുന്നു അവരുടെ കണക്കുകൂട്ടൽ. എന്നാൽ അവരുടെ പരിഹാസ ത്തെയും കണക്കുകൂട്ടലുകളെയും മറികടന്നുകൊണ്ട് സമരം അതി ശക്തമായി മുന്നോട്ട് പോയി. മർദിത സമൂഹത്തെ സംബന്ധിച്ച് ഈ സമരം ഒരു ജീവന്മരണ പോരാട്ടമായിരുന്നു. നഷ്ടപ്പെടുവാൻ ചങ്ങല കൾ മാത്രമുള്ളവരുടെ പോരാട്ടം. വിശപ്പ് കാർന്നുതിന്നുന്ന വയറുമായി അവർ മുണ്ടുമുറുക്കിയുടുത്തുകൊണ്ട് പണിമുടക്കിനെ ധീരമായി അഭി വാദ്യം ചെയ്തു.

അയ്യൻകാളിയും കൂട്ടരും നാടുമുഴുവൻ ചുറ്റിക്കറങ്ങി സമരാഗ്നിയെ ആളിക്കത്തിച്ചു. ആദ്യമൊക്കെ പരിഹസിച്ചിരുന്ന ജന്മിമാർക്ക് അപകടം മണത്തു. പണിമുടക്ക് പൊളിയുന്ന ലക്ഷണമൊന്നും കാണുന്നില്ല.

വിശപ്പിനുമുമ്പിൽ തകർന്നുവീഴുമെന്നു കരുതിയ സമരം നാളുകൾ പിന്നിടുന്തോറും ശക്തിയാർജിക്കുകയാണ്. പട്ടിണിയാൽ സ്വയം തകരു മെന്ന് കരുതിയ ഈ സമരത്തെ പരാജയപ്പെടുത്തുവാനുള്ള ശ്രമങ്ങൾ അവർ ആരംഭിച്ചു. അതിന്റെ ആദ്യഘട്ടമെന്ന നിലയ്ക്ക് പുത്തലത്ത് കൃഷ്ണപിള്ള എന്ന ജന്മിയുടെ നേതൃത്വത്തിൽ ഒരു സംഘം ദളിതർക്കു നേരെ ഭീഷണിയും മർദനവും അഴിച്ചുവിട്ടു. പക്ഷേ അതൊന്നും ഫലം കണ്ടില്ല. പിന്നീട് ചില കർഷക പ്രമാണിമാർ സ്വന്തം പാടത്തിറങ്ങി ഞാറു നട്ടുനോക്കി.

മറ്റുള്ളവന്റെ അധ്വാനത്തെ ചൂഷണംചെയ്ത് സ്വന്തം വയറും പത്താ യവും നിറയ്ക്കുന്ന സവർണർക്ക് ചേറ്റിലിറങ്ങി ഞാറുനടാൻ അറിയുമാ യിരുന്നില്ല. പരാന്നഭോജികളായ ഇവരുടെ ശ്രമങ്ങൾ പാഴ്‌വേലകളായി ഒടുങ്ങി. പുരയിടം കാടുപിടിച്ചുതുടങ്ങി. പാടങ്ങൾ തരിശായിക്കിടന്നു.

അന്നന്നത്തെ ജീവിതത്തിനുപോലും തികയാത്ത കൂലിയിൽ ജോലി ചെയ്തിരുന്ന അധഃസ്ഥിതജനതയ്ക്കുമുമ്പിൽ പട്ടിണി വളരെ വേഗ മെത്തി. വിശപ്പ് ഒരു യാഥാർഥ്യമാണെന്നതിന് അവരുടെ ജീവിതത്തിൽ

ഇതിനകം തന്നെ നിരവധി തെളിവുകളുണ്ട്. പട്ടിണിയുടെ അനുഭവത്തി
ലൂടെയാണ് പലപ്പോഴും ഓരോ ദളിതരും കടന്നുപോകുന്നത്. എങ്കിലും
ദിവസങ്ങളോളം മുഴുപ്പട്ടിണിയെ അഭിമുഖീകരിക്കുക എന്നത് മനു
ഷ്യർക്ക് സഹിക്കാൻ കഴിയുമോ? എല്ലാ ആദർശങ്ങളും വിശപ്പിനുമുമ്പിൽ
നിഷ്പ്രഭമാകുന്ന അവസ്ഥ. അത്തരമൊരവസ്ഥ അധഃസ്ഥിതർക്കല്ലാതെ
മറ്റാർക്കും ഉണ്ടാകാനിടയില്ല. സ്വന്തം ആശയങ്ങളെയും ആദർശങ്ങ
ളെയും വിശപ്പ് തോൽപ്പിക്കുന്ന സാഹചര്യം. ഈ സാഹചര്യത്തെയാണ്
അയ്യൻകാളിയുടെ നേതൃത്വത്തിൽനടന്ന പണിമുടക്ക് സമരത്തിന് നേരി
ടണ്ടി വന്നത്. ഒരു വശത്ത് സമരത്തെ ചളിയിലാഴ്ത്തി പൊന്നാര്യൻ
വിളയിക്കാൻ കാത്തുനിൽക്കുന്ന സവർണ ജന്മി വർഗം. മറുവശത്ത് വിശ
പ്പിന്റെ വിലാപങ്ങളുമായി ദലിത് ജനതയുടെ ശോഷിച്ച മുഖങ്ങൾ.

ഏതുനേതാവും പതറിപ്പോകുന്ന ഈ സാഹചര്യത്തിലും അയ്യൻ
കാളി ഇളകിയില്ല. ആത്മാഭിമാനവും ആത്മവിശ്വാസവും തെളിഞ്ഞ
ബുദ്ധിയുമുള്ള അദ്ദേഹം ഈ പ്രതിസന്ധികളെ മറികടക്കാൻ ആവിഷ്ക
രിച്ച പദ്ധതി ഇന്ത്യൻ സമരചരിത്രത്തിലെ തന്നെ തിളക്കമുള്ള അധ്യായ
മാണ്. കാരണം ഈ സമരത്തിന്റെ രാഷ്ട്രീയസാധ്യതയാണ് ഇവിടെ
തെളിയുന്നത്. അയ്യൻകാളി തീരദേശമേഖലയുമായി ബന്ധപ്പെട്ടു. അവി
ടത്തെ മത്സ്യത്തൊഴിലാളികളുമായി സംസാരിച്ച് കർഷകത്തൊഴിലാളി
കളെക്കൂടി മത്സ്യബന്ധനമേഖലയിലേക്ക് കൊണ്ടുവന്നു. അങ്ങനെ
പാടത്തും പറമ്പിലും പണിയെടുത്തവർ വലയെറിയാനായി കടലിലേക്ക്
യാത്രയായി. വയലിലെപ്പോലെ കടലിൽപ്പോയ വലകളിൽ നൂറുമേനി
സ്വപ്നങ്ങൾ പിടഞ്ഞു തിളങ്ങി.

യഥാർഥത്തിൽ ഈ കാർഷിക സമരത്തെ കേവലമായി കാണാനാ
വില്ല. രാഷ്ട്രീയമായ ഉള്ളടക്കങ്ങളാണ് ഈ സമരത്തിന്റെ ജീവനായി
പ്രവർത്തിച്ചത്. അതുകൊണ്ട് തന്നെയാണ് പെട്ടെന്ന് പരാജയപ്പെടാവുന്ന
ഭൗതിക സാഹചര്യത്തിലും ഈ സമരം ചരിത്രത്തിൽ ധീരോജ്വലമായ
അധ്യായമായിമാറിയത്. കെ കെ എസ് ദാസ് എഴുതുന്നു:

കാർഷിക സമരം കേവലമായ ഒരു സമരമല്ല. സമരത്തിന്റെ ബാഹ്യ
ശക്തികളും ആഭ്യന്തരശക്തികളും ഐക്യപ്പെട്ട സമരമാണ്. സമര
ശക്തികളും മുക്കുവ ജനവിഭാഗങ്ങളും തമ്മിലുള്ള ഐക്യം
നിർണായക പ്രാധാന്യമർഹിക്കുന്നു. ബാഹ്യശക്തികളുമായുള്ള
സമര ഐക്യം ഒരു രാഷ്ട്രീയ ദർശനമാണ്. (*അയ്യൻകാളി കേരള
ചരിത്രത്തിൽ*)

കേരളചരിത്രത്തിലെ പ്രധാനപ്പെട്ട ഒരു സമരം എന്ന നിലയ്ക്കുള്ള
പരിഗണനയാണ് അയ്യൻകാളിയുടെ കാർഷിക പണിമുടക്ക് സമരത്തി
നുള്ളത്. പിൽക്കാലത്ത് രൂപപ്പെട്ടുവന്ന വലിയ കാർഷികമുന്നേറ്റങ്ങൾക്ക്
പ്രചോദനവും വഴിയുമായി നിൽക്കുവാൻ ഈ സമരത്തിനു കഴിഞ്ഞു.
ജാതി-ജന്മിത്വവിരുദ്ധസമരങ്ങളുടെ പ്രയോഗമുദ്രയായി ഈ സമരം മാറു
കയുണ്ടായി. അത് ഒരു പ്രത്യേക വിഭാഗത്തിന്റ മാത്രം പ്രശ്നമെന്നനി

ലയിലല്ല, അടിച്ചമർത്തപ്പെടുന്ന മുഴുവൻജനതയുടെയും വിമോചനസാ
ധ്യതകളിലേക്ക് വികസിക്കുവാനും അവരുടെ നേതാവാകുവാനും അയ്യൻ
കാളിക്കു കഴിഞ്ഞിട്ടുണ്ട്. ഇ എം എസ് എഴുതുന്നു:

> കേവലം അധഃകൃത സമുദായങ്ങളുടെ നേതാവായിരുന്നില്ല
> അയ്യൻകാളി. അധഃകൃതരടക്കമുള്ള സവർണാവർണ വിഭാഗങ്ങ
> ളിലും മതന്യൂനപക്ഷങ്ങളിലും പെട്ട കർഷകത്തൊഴിലാളി വർഗ
> ത്തിന്റെ ആദ്യകാല നേതാവായിരുന്നു അദ്ദേഹം. കേരളത്തിന്റെ
> ചരിത്രത്തിൽ ആദ്യമായി നടന്ന കർഷകത്തൊഴിലാളി പണിമുട
> ക്കിന്റെ സംഘാടകനെന്ന നിലയ്ക്ക് ശ്രീനാരായണനേക്കാൾ
> ഒട്ടുംകുറയാത്ത സ്ഥാനം അയ്യൻകാളി പിടിച്ചെടുത്തു.

അധഃസ്ഥിതരുടെ വിദ്യാഭ്യാസ വിഷയത്തിൽ ഇത്തരം പ്രായോഗി
കമായ സമരമുഖങ്ങൾ തുറന്ന നേതാക്കൾ കേരള ചരിത്രത്തിൽ വിരള
മാണ്. അദ്ദേഹത്തിന്റെ സമരങ്ങൾ വൈരുധ്യാധിഷ്ഠിതമായിരുന്നു. സാമ്പ
ത്തികാധികാരത്തെയും അവകാശത്തെയും സാംസ്കാരികാവകാശത്തി
ലേക്ക് ചേർത്ത് വയ്ക്കുന്ന ശാസ്ത്രീയവും ശരിയുമായ സമരരീതിയാണ്
അദ്ദേഹം അവലംബിച്ചതെന്ന് കാണാം.

കൃഷിപ്പണിയിലുണ്ടായ സ്തംഭനാവസ്ഥ വലിയ സാമ്പത്തിക കുഴ
പ്പങ്ങളാണ് ഉണ്ടാക്കിയത്. അനുരഞ്ജനത്തിന്റെ മാർഗം സ്വീകരിക്കുവാൻ
സവർണർ തയ്യാറായി. എന്നാൽ അങ്ങോട്ടു ചെന്ന് ചർച്ചചെയ്യാൻ
അയ്യൻകാളി തയ്യാറായില്ല. ആവശ്യക്കാർ തന്നെ സമീപിക്കട്ടെ എന്ന
നിലപാടിൽ അദ്ദേഹം ഉറച്ചുനിന്നു. ജന്മിമാർ തോൽവി സമ്മതിച്ചു മധ്യ
സ്ഥന്മാരെ നിയോഗിക്കാൻ തയ്യാറായി.

അന്നത്തെ ദിവാനായിരുന്ന പി രാജഗോപാലാചാരി സമരത്തിന് നിശ്ശ
ബ്ദമായ പിന്തുണ കൊടുത്തുവെന്ന് പറയാം. കാരണം കാര്യങ്ങൾ കല

ങ്ങിത്തെളിയുവാൻ അദ്ദേഹം ആഗ്രഹി
ച്ചു. അതുകൊണ്ട് പൊലീസിനെ ഉപ
യോഗിച്ച് സമരം അമർച്ചചെയ്യുവാ
നൊന്നും അദ്ദേഹം ശ്രമിച്ചില്ല. ജാതിവ്യ
വസ്ഥയുടെ കീഴിൽ ഞെരിഞ്ഞമരുന്ന
അധഃസ്ഥിരുടെ ഉന്നമനം അദ്ദേഹം
ആഗ്രഹിച്ചിരുന്നിരിക്കണം. പ്രശ്നങ്ങ
ളുടെ പരിഹാരത്തിനായി ദിവാൻ
അന്നത്തെ ഒന്നാം ക്ലാസ് മജിസ്ട്രേറ്റാ
യിരുന്ന കണ്ടല നാരായണപിള്ളയെ
നിയോഗിച്ചു. അധഃസ്ഥിത ജനതയുടെ
വാദമുഖങ്ങൾ ന്യായമായിരുന്നു എന്ന്
പ്രത്യേകം പറയേണ്ടതില്ലല്ലോ. കൂലിക്കു
ടുതൽ എന്ന കാര്യം ജന്മിമാർ അംഗീ
കരിച്ചു. സ്കൂൾപ്രവേശന വിഷയ

ദിവാൻ പി രാജഗോപാലാചാരി

ത്തിൽ അനുഭാവപൂർവമായ നടപടികൾ ഉണ്ടാവുമെന്ന ഉറപ്പിന്മേൽ ഒരു വർഷം നീണ്ടുനിന്ന സമരം അവസാനിപ്പിച്ചു.

പത്രങ്ങൾ വൈകിയാണ് കേരള ചരിത്രത്തിന്റെ ഗതിമാറാൻ പര്യാപ്തമായ ഈ സംഭവങ്ങളെ റിപ്പോർട്ടു ചെയ്ത്. *മിതവാദി പത്രം പെരിനാട്ട് കലാപത്തോടനുബന്ധിച്ച് നടന്ന അനുരഞ്ജന യോഗത്തിൽ അയ്യൻകാളി പ്രസംഗിച്ചതിനെക്കുറിച്ച് റിപ്പോർട്ട് ചെയ്യുന്ന കൂട്ടത്തിൽ കാർഷിക പണിമുടക്കിനെക്കുറിച്ച് അദ്ദേഹം സൂചിപ്പിക്കുന്നത് 1916 ജനുവരിയിൽ മിതവാദി എഴുതിയത് ചെന്താരശ്ശേരി* ഉദ്ധരിക്കുന്നു:

പുലയരെ സ്കൂളിൽ പ്രവേശിപ്പിക്കരുതെന്ന് അവിടെ (തെക്കൻതിരുവിതാംകൂറിൽ) നായന്മാർ നിരോധിച്ചപ്പോൾ നായന്മാരുടെ കൃഷിപ്പണിക്ക് പുലയരും പോകരുതെന്ന് താൻ മുടക്കം ചെയ്തുവെന്നും അതുനിമിത്തം ഒരു പുലയി ഒരു ദിവസം കൊണ്ട് ചെയ്തു തീർക്കുന്ന നടുന്ന ജോലി ആറു നായന്മാർ ഒരു ദിവസം കൊണ്ട് വളരെ ബുദ്ധിമുട്ടി ചെയ്യേണ്ടതായി വന്നുവെന്നും അവർ ചെളിയിലും വെള്ളത്തിലുംനിന്നു അവർക്കു രോഗം പിടിപെട്ടുവെന്നും അയാൾ (അയ്യൻകാളി) പറയുകയുണ്ടായി.

കേരളത്തിലെ ആദ്യത്തെ പണിമുടക്കു സമരമാണ് അയ്യൻകാളിയുടെ നേതൃത്വത്തിൽ നടന്ന കാർഷിക പണിമുടക്കു സമരം. ഈ സമരം അധഃസ്ഥിത ജനതയ്ക്ക് ആത്മവിശ്വാസവും ആത്മാഭിമാനവും നൽകി. കർഷകത്തൊഴിലാളി എന്ന നിലയിലും അധഃസ്ഥിതർ എന്ന നിലയിലുമുള്ള പോരാട്ടങ്ങൾക്ക് മുന്നൊരുക്കമായിത്തീർന്നത് ഈ സമരമായിരുന്നു. ഈ സമരത്തിന്റെ ഫലമായി വണങ്ങിനിൽക്കേണ്ടവരല്ല തങ്ങളെന്ന ബോധം മർദിതർക്ക് കൈവന്നു.

ജാതിഭ്രാന്തന്മാർക്ക് ലഭിച്ച വലിയൊരു തിരിച്ചടിയായിരുന്നു ഈ സമരം. അതിന് കാരണക്കാരായ അയ്യൻകാളിയെ വധിക്കാനുള്ള ഗൂഢാലോചനകൾ നടന്നു. അദ്ദേഹത്തെ ജീവനോടെ പിടിച്ചുകൊടുക്കുന്നവർക്ക് രണ്ടായിരം രൂപ വാഗ്ദാനം ചെയ്യപ്പെട്ടു. (ചെന്താരശ്ശേരി, *കേരളചരിത്രത്തിന്റെ ഗതിമാറ്റിയ അയ്യൻകാളി*)

ഇത് പല സംഘർഷങ്ങൾക്കും കാരണമായി. അധഃസ്ഥിത ജനത അയ്യൻകാളിയുടെ ജീവൻ സ്വജീവനേക്കാൾ വിലപ്പെട്ടതായി കരുതി. അദ്ദേഹത്തിന്റെ സമര മുന്നണിയിൽ അവർ ഒറ്റക്കെട്ടായി അണിനിരന്നു.

അയ്യൻകാളിയുടെ പ്രക്ഷോഭങ്ങൾക്ക് കലവറയില്ലാത്ത സഹകരണമാണ് കുമാരനാശാൻ നൽകിയത്. അന്ന് അദ്ദേഹം ശ്രീനാരായണ ധർമപരിപാലനയോഗത്തിന്റെ നേതാവായിരുന്നു. 1914 ആഗസ്ത് 28ന് അദ്ദേഹം അയ്യൻകാളിയെ വെങ്ങാനൂരിൽ വന്ന് സന്ദർശിക്കുകയും സാമൂഹികവിഷയങ്ങൾ ചർച്ചചെയ്യുകയും പ്രക്ഷോഭങ്ങൾക്ക് പിന്തുണ നൽകുകയും ചെയ്തു.

5

പ്രജാസഭയിലെ ധീരശബ്ദം

കേരള നവോത്ഥാനത്തിന്റെ നിർണായക വ്യക്തിത്വമാകാൻ അയ്യൻകാളിക്ക് കഴിഞ്ഞു. ശ്രീനാരായണഗുരു, കുമാരനാശാൻ, ഡോ. പൽപ്പു, കെ അയ്യപ്പൻ, ടി കെ മാധവൻ തുടങ്ങിയവർ അയ്യൻകാളിയുടെ സമകാലികരായിരുന്നു. അവരുടെ സാംസ്കാരിക സാമൂഹിക പ്രക്ഷോഭങ്ങൾക്കൊപ്പമായിരുന്നു അയ്യൻകാളിയുടെ പ്രവർത്തനങ്ങളും. പ്രജാ സഭയിലേക്കുള്ള പ്രവേശനവും പോരാട്ടത്തിന്റെ പുതിയ പാതകളിലേ ക്കുള്ള ചുവടുവയ്പായാണ് അയ്യൻകാളി കണ്ടത്.

ശ്രീമൂലം തിരുനാളിന്റെ ഭരണപരിഷ്കാരമായി 1888 ലാണ് ലജി സ്ലേറ്റീവ് അസംബ്ലി സ്ഥാപിക്കപ്പെടുന്നത്. രാജ്യത്തിന്റെ ഭരണകാര്യ ങ്ങളിൽ പൊതുജനാഭിപ്രായം അറിയുന്നതിനായി താലൂക്കുകളേയും പ്രത്യേക സമൂഹങ്ങളെയും പ്രതിനിധാനം ചെയ്യുന്നവരും ഗവൺമെന്റ് തെരഞ്ഞെടുക്കുന്നവരുമാണ് ശ്രീമൂലം പ്രജാസഭ എന്നറിയപ്പെട്ടിരുന്നത്. ആദ്യകാലത്ത് ലക്ഷക്കണക്കിന് അധഃസ്ഥിതരുടെ പ്രതിനിധിയായി ഒരു ദളിതൻ പോലും ഉണ്ടായിരുന്നില്ല. സാധുജന പരിപാലനസംഘത്തെ പ്രതിനിധീകരിക്കാൻ *സുഭാഷിണി* പത്രാധിപരായിരുന്ന പി കെ ഗോവി ന്ദപ്പിള്ളയെയാണ് സർക്കാർ നിയോഗിച്ചത്. അദ്ദേഹത്തിന്റെ പത്രത്തിൽ ഒരിക്കലും അധഃസ്ഥിതന്റെ പ്രശ്നങ്ങൾ ഇടം പിടിച്ചിരുന്നില്ല. എങ്കിലും അധഃസ്ഥിത ജനങ്ങളുടെ ഇടയിൽ നിന്ന് ഒരാൾ പ്രതിനിധിയായി വര ണമെന്ന് അദ്ദേഹം ആവശ്യപ്പെട്ടു.

സഭ അതിനെ ഗൗരവത്തോടെയാണ് കണ്ടത്. ഇതേ ആവശ്യം ഇതി നകം വിവിധകോണുകളിൽനിന്നുയർന്ന സമയമായിരുന്നു അത്. അങ്ങനെ 1911 ഡിസംബർ മാസത്തിന്റെ തുടക്കത്തിൽ തന്നെ അയ്യൻകാ ളിയെ ശ്രീമൂലം പ്രജാസഭയിലേക് നോമിനേറ്റു ചെയ്തുകൊണ്ടുള്ള പ്രഖ്യാപനമുണ്ടായി. 1911 ഡിസംബർ 5 ലെ തിരുവിതാംകോട്ട് സർക്കാർ ഗസറ്റിൽ ഇങ്ങനെ കാണുന്നു:

സാധുജനപരിപാലന സംഘത്തിന്റെ ജനറൽ സെക്രട്ടറി മാന്യ രാജരാജശ്രീ അയ്യൻകാളി അവർകളെ തിരുവിതാംകോട്ടു ശ്രീമൂലം പ്രജാസഭാ മെമ്പറായി നോമിനേറ്റു ചെയ്തിരിക്കുന്നു.

അയ്യൻകാളിയുടെ പ്രജാസഭാ പ്രവേശത്തെക്കുറിച്ച് കൊച്ചീ രാജ്യ ചരിത്രത്തിൽ കെ പി പത്മനാഭമേനോൻ ഇങ്ങനെ എഴുതി:

തിരുവിതാംകൂറിൽ ശ്രീമൂലം പ്രതിനിധിസഭയിൽ ഒരു പുലയൻ ഒരുമിച്ച് ഒരു നമ്പൂതിരി ഇരിക്കുന്ന അവസ്ഥ വിചാരിക്കുമ്പോൾ കാലം കൊണ്ടുണ്ടാകുന്ന മാറ്റങ്ങൾ എത്രത്തോളമാവാം എന്നു ബോധ്യപ്പെടും. (ചന്തരാശ്ശേരി ഉദ്ധരിച്ചത്. *കേരളചരിത്രത്തിന്റെ ഗതി മാറ്റിയ അയ്യൻകാളി*)

മർദിത സമൂഹത്തിനുവേണ്ടിയുള്ള അയ്യൻകാളിയുടെ ധീരമായ പോരാട്ടങ്ങളെ മാനിച്ചാണ് അദ്ദേഹത്തെ ഈ പദവിയിലേക്ക് നോമിനേറ്റുചെയ്യപ്പെട്ടത്. വർധിച്ചുവരുന്ന പ്രക്ഷോഭ സമരങ്ങളെ ഒതുക്കിനിർത്തു ന്നതിനും അവരുടെ നേതാക്കളെ അധികാരത്തിന്റെ പരിസരത്തേക്കടു പ്പിക്കുക വഴി സമരത്തിന്റെ ഊർജ സ്രോതസ്സുകളെ വറ്റിച്ചുകളയാമെന്നു മാണ് അധികാരി വർഗം കരുതിയത്. എന്നാൽ അയ്യൻകാളി ഈ പദ വിയെ തങ്ങളുടെ അവകാശങ്ങൾ നേടിയെടുക്കുന്നതിനുള്ള ഒരു സാധ്യ തയായയാണ് കണ്ടത്.

പ്രജാസഭയിൽ ജാതി പ്രതിനിധാനങ്ങളാണ് ഉള്ളത്. അയ്യൻ കാളിയെ തെരഞ്ഞെടുത്തതിന്റെ മാനദണ്ഡവും ജാതിയായിരുന്നു. കെ കെ എസ് ദാസ് എഴുതുന്നു:

ജാതീയമായ സംഘടനാ പ്രാതിനിധ്യം അനുസരിച്ച് അയ്യൻകാ ളിക്ക് ശേഷം അയിത്തജാതിയിൽപ്പെട്ട പല പ്രതിനിധികളും പ്രജാ സഭയിൽ അംഗങ്ങളായിട്ടുണ്ട്. എന്നാൽ അയ്യൻകാളിക്കുള്ള പ്രാധാന്യം അവർക്ക് ഇല്ലാതെ പോയതെന്തുകൊണ്ട് എന്ന ചോദ്യം പ്രസക്തമാണ്. പ്രജാസഭാ മെമ്പർ എന്നതല്ല അയ്യൻകാ ളിയുടെ ചരിത്രപ്രാധാന്യം എന്ന വസ്തുത ഇവിടെ അനിഷേധ്യ മാണ്. (*അയ്യൻകാളി കേരളചരിത്രത്തിൽ*)

ജാതീയമായ സംഘടന, ജാതീയമായ വിഭാഗം എന്നത് യഥാർഥ ത്തിൽ ഒരു സവർണ സൃഷ്ടിയായിരുന്നു. ദളിതർ ജാതിയുടെ ഇരക ളാണ്. ഈ ഇരവൽക്കരണത്തിനെതിരെയാണ് അവർ സംഘടിച്ചത്. മർദി തരായവർ ജാതിയെ നിലനിർത്താൻ ഒരിക്കലും ശ്രമിക്കില്ലെന്ന് മാത്രമല്ല ജാതിയെ ഇല്ലാതാക്കി എല്ലാ മനുഷ്യർക്കും തുല്യ പദവിക്കുവേണ്ടിയാണ് അത് നിലകൊള്ളുക. ജാതിയുടെ ഇരകളായവരെ ജാതിവാദികളാക്കുന്ന സവർണതന്ത്രമായിരുന്നു ഇവിടെ നടന്നത്. ശ്രീമൂലം പ്രജാസഭയും അത്തരമൊരു സവർണ തന്ത്രമായിരുന്നു. സാധുജനപരിപാലനസംഘം പുലയരുടെ മാത്രം സംഘടനയായിരുന്നില്ല. അധഃസ്ഥിതരായ എല്ലാവ

രുടെയും സംഘമായിരുന്നു. പുലയർ എന്നു പറയപ്പെടുന്ന വിഭാഗത്തി ലുള്ള ഒരാൾ അതിന്റെ നേതാവായതുകൊണ്ട് പലരും അതിനെ ഒരു പുലയസംഘടനയാക്കിത്തീർത്തു. അന്നത്തെ പത്രങ്ങളും ഭരണകൂടവും ചരിത്രരചയിതാക്കളും അധഃസ്ഥിതരെ ഒരു വർഗമായി കണ്ടില്ല. ജാതി യുടെ ഇരകളായ ഒരു പൊതുസമൂഹമായി കണ്ടില്ല.

ജാതിപ്പേരുകളിലൂടെ മാത്രം വെളിപ്പെടേണ്ടുന്ന ഒന്നായി ദളിതരിലെ വിഭാഗങ്ങൾ മാറുന്ന കാഴ്ചയാണ് നാം ചരിത്രത്തിൽ പോലും കാണു ന്നത്. അയ്യൻകാളിയെ പേരു പറയാതെ ഒരു പുലയനെന്നും മറ്റും അട യാളപ്പെടുത്താനാണ് സവർണത ശ്രമിച്ചത്.

അയ്യൻകാളിയെക്കുറിച്ച് എൻ കെ വെങ്കിടേശ്വരൻ എഴുതി: പുല യൻ ധന്യമായി ഉണർന്നുകൊണ്ടിരിക്കുന്നു. പ്രജാസഭയിൽ അവ രുടെ പ്രതിനിധിയായി ഒരു പുലയൻ സാന്നിധ്യം ചെയ്യുന്നുണ്ട്. മാറ്റത്തിന്റെ മാലാഖ ഈ മണ്ണിൻമീതേ ഒരു തീപ്പന്തം വീശിയിരി ക്കുന്നു. അതിൽനിന്നും വിസ്ഫുരണം ചെയ്യപ്പെട്ട സ്ഫുലിംഗങ്ങൾ ഏകോപിച്ച് ഒരു അഗ്നിപ്രളയമാകും.

കെ പി പത്മനാഭ മേനോൻ എഴുതുന്നു:
തിരുവിതാംകൂറിൽ ശ്രീമൂലം പ്രതിനിധിസഭയിൽ ഒരു പുലയൻ ഒരു മിച്ച് ഒരു നമ്പൂതിരി ഇരിക്കുന്ന അവസ്ഥ വിചാരിക്കുമ്പോൾ കാലം കൊണ്ടുണ്ടാകുന്ന മാറ്റങ്ങൾ എത്രത്തോളം എന്നു ബോധ്യപ്പെടും. (ചെന്താരശ്ശേരി ഉദ്ധരിച്ചത്. *കേരളചരിത്രത്തിന്റെ ഗതിമാറ്റിയ അയ്യൻ കാളി*)

അധഃസ്ഥിതരുടെ പൊതുസമൂഹത്തിലേക്കുള്ള പ്രവേശനത്തെ വളരെ അനുഭാവപൂർവം നോക്കിക്കാണുന്നതാണ് ഈ നിരീക്ഷണങ്ങ ളെന്ന് വിചാരിച്ചാൽ തന്നെയും കർതൃത്വങ്ങളെ നിരാകരിക്കുന്ന ചാതുർ വർണ്യബോധത്തെ ഇതിൽ ഇന്ന് കണ്ടെടുക്കാവുന്നതാണ്. അത്രമേൽ സാംസ്കാരിക അദൃശ്യതയെ അഭിമുഖീകരിച്ചവരാണ് ദളിത് ജനത. കേരളനവോത്ഥാനത്തിലെ തന്നെ പ്രധാന വ്യക്തിത്വമായി മാറിയ അയ്യൻ കാളിയെപ്പോലും അദൃശ്യരാക്കി നിലനിർത്താനുള്ള ശ്രമങ്ങൾ അക്കാല ത്തുതന്നെ പ്രബലമായിരുന്നു.

പിന്നീട് നിരവധിപ്പേർ അധഃസ്ഥിതരുടെ പ്രതിനിധിയായി പ്രജാസ ഭയിലേക്ക് നോമിനേറ്റ് ചെയ്യപ്പെടുന്നുണ്ട്. സാധുജനപരിപാലനസംഘ ത്തിന്റെ അസിസ്റ്റന്റ് സെക്രട്ടറിയായ കാവാലം ചരതൻ സോളമൻ നാഗർകോവിലിൽ നിന്ന് യേശുദാസൻ, വെള്ളിക്കര ചോതി തുടങ്ങിയ വർ അതിൽ പ്രധാനപ്പെട്ടവരാണ്.

അധികാരം അയ്യൻകാളിക്ക് അലങ്കാരമായിരുന്നില്ല. മർദിത ജനത യുടെ അവകാശങ്ങൾക്കുള്ള തന്റെ സുദീർഘമായ പോരാട്ടത്തിന്റെ ഭാഗ മായാണ് അദ്ദേഹം തന്റെ പദവിയെ കണ്ടത്. അയ്യൻകാളിയുടെ ആദ്യത്തെ പ്രജാസഭാപ്രസംഗം തന്നെ അതിനു തെളിവാണ്. കൃഷിഭൂമി ഭൂമിയിൽ പണിയെടുക്കുന്നവർക്ക് നൽകണമെന്ന് അദ്ദേഹം സഭയിൽ

വാദിച്ചു. കേരളത്തിന്റെ ചരിത്രത്തിൽ ആദ്യമായാണ് അത്തരമൊരു ആവശ്യം ഉന്നയിക്കപ്പെടുന്നത്. മണ്ണിൽ പണിയെടുക്കുന്ന അധഃസ്ഥിതർക്ക് ഭൂമിക്കുമേൽ ഉടമസ്ഥാവകാശം ലഭിക്കണമെന്ന ആവശ്യം അധഃസ്ഥിത ജനതയുടെ അവകാശ പോരാട്ടങ്ങളിലെ പ്രധാന അധ്യായമാണ്. ഫ്യൂഡൽ ഭൂബന്ധങ്ങൾക്കെതിരെയുള്ള ശക്തമായ കലാപമായിരുന്നു അത്. പുറംപോക്ക് ഭൂമി മുഴുവൻ അധഃസ്ഥിതർക്ക് പതിച്ചു നിൽകണമെന്ന് അയ്യൻകാളി സഭയിൽ വാദിച്ചു. ജാതി ഉപജാതി ബന്ധ ങ്ങൾക്കതീതമായാണ് അയ്യൻകാളി സഭയിൽ നിലകൊണ്ടത്. പുലയ സമുദായത്തിന്റെ മാത്രം ആവശ്യങ്ങൾ എന്ന നിലയ്ക്കല്ല തന്റെ കാഴ്ച പ്പാടുകളും നിർദേശങ്ങളും അഭ്യർഥനകളും അദ്ദേഹം സഭയിൽ അവത രിപ്പിച്ചത്. ചെന്താരശ്ശേരി എഴുതുന്നു:

> ജാതിവ്യവസ്ഥയുടെയും തജ്ജന്യമായ അയിത്തത്തിന്റേയും കരാ ളതകൾക്കെതിരായി ജാതിരഹിതമായ അസ്പൃശ്യതയ്ക്കുവേണ്ടി ശബ്ദമുയർത്തിയതും അദ്ദേഹമായിരുന്നു. (അയ്യൻകാളി കേരള ചരിത്രത്തിൽ)

എന്നാൽ ജാതിമേധാവിത്വശക്തികൾ അയ്യൻകാളിയെ പുലയരുടെ നേതാവായി മാത്രമാണ് കണ്ടത്. യഥാർഥത്തിൽ ദുരിതമനുഭവിക്കുന്ന എല്ലാ മനുഷ്യരും അദ്ദേഹത്തിന് ഒരുപോലെയായിരുന്നു. മതനിരപേക്ഷ മായ സമരരീതികളെ വളർത്തിക്കൊണ്ടു വരാനുള്ള ശ്രമങ്ങൾ ആദ്യ കാലം മുതൽക്കേ അയ്യൻകാളി ശ്രമിച്ചിരുന്നു. അദ്ദേഹത്തെ ഹിന്ദുത്വ ത്തിന്റെ വക്താവാക്കാനുള്ള ശ്രമങ്ങളും പിന്തിരിപ്പൻശക്തികൾ നടത്തു ന്നുണ്ട്. ചരിത്രത്തിന്റെ തെറ്റായ വായനകളിൽനിന്നുണ്ടാകുന്ന ഇത്തരം പരിശ്രമങ്ങൾ സങ്കുചിത താൽപ്പര്യങ്ങൾ മാത്രം മുന്നിൽകണ്ടുകൊ ണ്ടാണ് എന്നതുകൊണ്ടുതന്നെ അത്തരം വാദങ്ങൾ മറുപടിക്കുപോലും അർഹത നേടുന്നില്ല. പ്രജാസഭ ഓരോ വിഭാഗത്തിന്റെയും പ്രതിനിധി എന്ന നിലയ്ക്കാണ് അംഗങ്ങളെ കണ്ടിരുന്നത്. അതുകൊണ്ട് തന്നെ പുലയരെ പ്രതിനിധീകരിക്കുന്നു എന്ന നിലയ്ക്കാണ് അയ്യൻകാളി നോമി നേറ്റുചെയ്യപ്പെട്ടത്. പൊതുവായ പ്രശ്നങ്ങൾ എന്നനിലയ്ക്ക് അധഃസ്ഥി തരുടെ പ്രശനങ്ങൾ സഭയിൽ അവതരിപ്പിക്കാൻകഴിയാത്തതുകൊണ്ട് പുലയരുടെ പ്രശ്നം എന്ന നിലയ്ക്കാണ് അയ്യൻകാളി തന്റെ ആവശ്യ ങ്ങൾ ഉന്നയിക്കുന്നതെങ്കിലും യഥാർഥത്തിൽ അത്, മുഴുവൻ ദളിത രുടെയും പ്രശ്നമായിരുന്നു എന്ന് കാണാവുന്നതാണ്. ഫലത്തിൽ പുല യർക്ക് മാത്രമുള്ള ഒരു പ്രശ്നമല്ലല്ലോ ദളിത് മർദിത പ്രശ്നം. അതു കൊണ്ട് തന്നെ അതിന്റെ ഫലം എല്ലാ മർദിത ജനതയ്ക്കും ലഭിക്കും എന്നതായിരുന്നു വസ്തുത. അയ്യൻകാളി പുലയർക്ക് വേണ്ടി എന്ന നിലയ്ക്ക് വച്ച നിവേദനങ്ങളും അഭ്യർഥനകളും എല്ലാ അധഃസ്ഥിതർക്കും വേണ്ടിയായിരുന്നു.

6

സാമൂഹ്യവിപ്ലവങ്ങൾ

ജാതി വ്യവസ്ഥയ്ക്കതിരായി കീഴാള ജനത നടത്തിയ ചെറുത്തു നിൽപ്പുകളെ അതർഹിക്കുന്ന നിലയിൽ അടയാളപ്പെടുത്താൻ സാമ്പ്ര ദായിക ചരിത്രകാരന്മാർക്ക് കഴിഞ്ഞില്ല. അതിനെ വർഗസമരത്തിന്റെ ഭാഗ മായും സാമൂഹിക മാറ്റത്തിന്റെ ചാലകശക്തിയായും കാണുവാൻ കഴി യേണ്ടതുണ്ട്. അത് കേവലം ലഹളയോ അടികലശലോ അല്ല. കെ കെ എസ് ദാസ് നിരീക്ഷിക്കുന്നു:

> കേരളത്തിന്റെ മണ്ണിൽ യാതൊരു ഉടമസ്ഥതയും അവകാശങ്ങളും ഇല്ലാത്ത ഒരു ജനവിഭാഗം ഉയർത്തിവിട്ട സമരങ്ങളുടെ ആഴവും ഉള്ളടക്കവും ഈ തലത്തിൽ അപഗ്രഥിക്കുമ്പോൾ മാത്രമേ കണ്ടെ ത്താനാവൂ. ഇത്തരം ചരിത്രാപഗ്രഥനങ്ങളുടെ അഭാവം അത്തരം സമരങ്ങളുടെ ചരിത്ര പ്രാധാന്യത്തിൽ നിന്നും സാമൂഹ്യബോ ധത്തെ വെട്ടിമാറ്റിയിരിക്കുന്നു. *(അയ്യൻകാളി കേരള ചരിത്രത്തിൽ)*

സാമ്പ്രദായിക ചരിത്രകാരന്മാർ കീഴാളജനതയുടെ പോരാട്ടങ്ങ ളെയും ചെറുത്തുനിൽപ്പുകളെയും അവഗണിക്കുകയായിരുന്നു. എന്നാൽ ഇടതുപക്ഷത്തുനിന്നും കീഴാളപക്ഷത്തുനിന്നുമുള്ള ചരിത്ര വായനകൾ ഇത്തരം അദൃശ്യരായ മനുഷ്യരെയും അവരുടെ ചരിത്രമുന്നേറ്റങ്ങളെയും അടയാളപ്പെടുത്തുന്നുണ്ട്.

ചരിത്രരചനയിലെ ജനകീയ പക്ഷമായിരുന്നു അത്. ഭരണവർഗ– ജാതി മേധാവിത്വ പക്ഷപാതത്തെ ഇത്തരം ജനകീയ വായന തള്ളിക്കളയുകയും വായനയുടെയും അന്വേഷണത്തിന്റെയും ജനാധിപത്യഇടങ്ങൾ വികസിപ്പിക്കുകയും ചെയ്തു *(അയ്യൻകാളി കേരളചരിത്രത്തിൽ, കെ കെ എസ് ദാസ്)*

സാമൂഹ്യനീതിക്ക് വേണ്ടിയുള്ള അധഃസ്ഥിതരുടെ പോരാട്ടം നില നിൽക്കുന്ന നീതിപീഠങ്ങളിലേക്കും എത്തിയിരുന്നു. പക്ഷേ നീതിപീഠവും അധഃസ്ഥിത ജനതയെ അകറ്റി നിർത്തി. ചെന്താരശ്ശേരി എഴുതുന്നു:

അക്കാലത്തു നെയ്യാറ്റിൻകര കോടതിയിൽ (ഇതര കോടതികളി ലേയും സ്ഥിതി വ്യത്യസ്തമായിരുന്നില്ല) തീണ്ടൽവിഭാഗക്കാർക്കു കേസുകൾ നേരിട്ടു ഫയൽ ചെയ്യുവാൻ നിർവാഹമില്ലായിരുന്നു. പരിഷ്കൃതരായ വെള്ളക്കാരുടെ മേൽക്കോയ്മ നിലനിന്നിരുന്ന കാലഘട്ടത്തിലാണ് ഇതെന്ന് ഓർക്കണം. രണ്ടാമൻമാർ മുഖേന കേസ് ഫയൽചെയ്യിച്ചാലും നേരിട്ടുമൊഴിനൽകുവാനോ അതിനെ പ്പറ്റി പിന്നീട് അന്വേഷിക്കുവാനോ അവർക്ക് സ്വാതന്ത്ര്യമില്ലായി രുന്നു. മാത്രമല്ല അവരുടെ കേസുകൾ പ്രതിയുടെ സ്വാധീനശ ക്തിയാൽ തേഞ്ഞുമാഞ്ഞുപോവുകയായിരുന്നു പതിവ്. അഥവാ പരിഗണിക്കപ്പെട്ടാലും അവ കോടതി സമയത്തല്ല വാദം കേൾക്കു വാൻ എടുക്കുന്നത്. കോടതി പിരിഞ്ഞതിനുശേഷം വക്കീലന്മാരും മറ്റും അയിത്തം ബാധിക്കാത്തതരത്തിൽ കോടതിമുറ്റത്തുള്ള പ്ലാവിൻചുവട്ടിൽ കൂടും. അപ്പോഴായിരിക്കും തീണ്ടൽജാതിക്കാ രുടെ മൊഴികൾ രേഖപ്പെടുത്തുന്നതും തീർപ്പു കൽപ്പിക്കുന്നതും. ഇത് പ്ലാമൂട്ടുകച്ചേരി എന്നാണ് അക്കാലത്ത് പരക്കെ അറിയപ്പെട്ടി രുന്നത്. (കേരള ചരിത്രത്തിന്റെ ഗതി മാറ്റിയ അയ്യൻകാളി)

നീതിപീഠങ്ങൾ ഒരു ജനതയോട് ചെയ്തതിന്റെ ചരിത്രസാക്ഷ്യങ്ങ ളാണ് ഇത്. ഈ നീതിപീഠത്തിൽ നിന്ന് അവർക്ക് നീതി കിട്ടുമെന്ന് എങ്ങനെ പ്രതീക്ഷിക്കാൻ കഴിയും? നിയമവ്യവസ്ഥതന്നെ സവർണ വിഭാ ഗങ്ങളോട് പ്രത്യക്ഷമായി കൂറു പുലർത്തുകയായിരുന്നു. പോരാട്ടങ്ങള ല്ലാതെ കീഴാള ജനതയ്ക്ക് മറ്റ് വഴികളൊന്നുമില്ല എന്നാണ് ഇതൊക്കെ സൂചിപ്പിക്കുന്നത്. കോടതികൾ പോലും ജാതിവ്യവസ്ഥയ്ക്കപ്പുറമുള്ള സാമൂഹ്യനീതിയെയോ ജനാധിപത്യത്തെയോ പിന്തുണയ്ക്കാത്ത അക്കാലത്ത് നിലനിൽക്കുന്ന നീതിവ്യവസ്ഥയെ ദളിത് ജനത എങ്ങനെ യാണ് വിശ്വാസത്തിലെടുക്കുക. സാമൂഹികമായ അസമത്വത്തിനും ഉച്ച നീചത്വങ്ങൾക്കുമെതിരായി അയ്യൻകാളിയുടെ നേതൃത്വത്തിൽ വലിയ പോരാട്ടങ്ങളുണ്ടായി. അത്തരം പോരാട്ടത്തിന്റെ തുടർച്ചകളും വികാസ വുമാണ് നവോത്ഥാനകേരളത്തെ രൂപപ്പെടുത്തിയത്.

1914–15 കാലഘട്ടത്തിലാണ് ഇത്തരം സമരങ്ങളും സംഘർഷങ്ങളും ഉണ്ടായത്. കൊല്ലവർഷം 1090 ലാണ് ഇത്. അതുകൊണ്ട് തന്നെ തൊണ്ണൂ റാമാണ്ട് ലഹളയെന്നാണ് ഇത് പൊതുവിൽ അറിയപ്പെട്ടിരുന്നതെങ്കിലും ടി കെ വേലുപ്പിള്ളയെപ്പോലുള്ള ചരിത്രകാരന്മാർ പുലയലഹളയെന്നാണ് ഈ സമരങ്ങളെ വിശേഷിപ്പിച്ചതെന്ന് ചെന്താരശ്ശേരി ചൂണ്ടിക്കാട്ടുന്നു. (കേരളചരിത്രത്തിന്റെ ഗതി മാറ്റിയ അയ്യൻകാളി).

7

പുല്ലാട്ട് കലാപം

വിദ്യാഭ്യാസ പ്രക്ഷോഭവുമായി ബന്ധപ്പെട്ട് നടന്ന കലാപമാണിത് (കഴിഞ്ഞ അധ്യായത്തിൽ അതിനെക്കുറിച്ച് സൂചനയുണ്ട്). 1910 ൽ അധഃസ്ഥിതരുടെ കുട്ടികൾക്ക് സ്കൂളിൽ പ്രവേശിക്കാൻ സർക്കാരിൽ നിന്ന് അനുമതി ലഭിച്ചപ്പോൾ തിരുവല്ലയിലെ പുല്ലാട്ട് എന്ന സ്ഥലത്ത് സവർണ വിഭാഗം വലിയ എതിർപ്പുകളുമായി രംഗത്തുവന്നു. ജാതിവ്യ വസ്ഥയെ ഇല്ലാതാക്കുന്നതിനുള്ള ആസൂത്രിത നീക്കമായാണ് അവർ അധഃസ്ഥിതരുടെ സ്കൂൾ പ്രവേശനാനുമതിയെ കണ്ടത്. അതുകൊണ്ട് തന്നെ സവർണ മാടമ്പി ആത്മാഹൂതി ചെയ്യുവാൻ വാളുമായി റോഡി ലിറങ്ങുകയും ഇത് വലിയ അസ്വാസ്ഥ്യങ്ങൾക്ക് കാരണമാവുകയും ചെയ്തു. ഈ സംഭവത്തിന്റെ രേഖകൾ 1925 ലെ തിരുവിതാംകൂർ നിയ മസഭാ രേഖകളിലുണ്ടെന്ന് ചെന്താരശ്ശേരി സൂചിപ്പിക്കുന്നു

ദളിതരുടെ വിദ്യാഭ്യാസ പ്രക്ഷോഭങ്ങൾക്ക് പുല്ലാട്ട് നേതൃത്വം കൊടു ത്തത് വെള്ളിക്കര ചോതി (വെള്ളിക്കര മത്തായി ആശാൻ) യായിരുന്നു.

തിരുവല്ല, കോഴഞ്ചേരി തുടങ്ങിയ സ്ഥലങ്ങളിൽ അധഃസ്ഥിത ജന തയുടെ സഞ്ചാര സ്വാതന്ത്ര്യത്തിനുവേണ്ടിയുള്ള സമരങ്ങൾക്ക് നേതൃത്വം കൊടുത്തതും വെള്ളിക്കര ചോതിയായിരുന്നു. അദ്ദേഹത്തിന്റെ സഖാക്ക ളായിരുന്നു തലക്കേരിൽ കണ്ടൻ കാളി, കൊമ്പാടി അണിഞ്ചൻ എന്നിവർ. പലപ്പോഴും സായുധമായ ചെറുത്തുനിൽപ്പുകൾക്കും പ്രതിരോധങ്ങൾക്കു മുള്ള സാധ്യതകളാണ് അവിടെ ഉരുത്തിരുഞ്ഞത്. സവർണതയുടെ ദ്രോഹങ്ങൾ അതിരു കടന്നപ്പോൾ അവർ അയ്യൻകാളിയെ വിവരം ധരി പ്പിച്ചു. അങ്ങനെ അയ്യൻകാളിയുടെയും വെള്ളിക്കരചോതിയുടെയും നേതൃത്വത്തിൽ അന്നത്തെ ദിവാനായിരുന്ന പി രാജഗോപാലാചാരിയെ പോയിക്കാണുകയും തങ്ങളുടെ അവസ്ഥ ബോധിപ്പിക്കുകയും ചെയ്തു.

ദിവാൻ അനുകൂലമായ നടപടികൾ ആരംഭിക്കുകമാത്രമല്ല വെള്ളിക്കര ചോതിയെ പ്രജാസഭയിലേക്ക് നോമിനേറ്റുചെയ്യാമെന്ന് സമ്മതിക്കുകയും ചെയ്തു.

പുല്ലാട്ടുസ്കൂൾ പ്രവേശനത്തിനായി ഉത്തരവുണ്ടായെങ്കിലും ദളി തരെ സ്കൂളിൽ പ്രവേശിപ്പിക്കില്ല എന്ന നിലപാടാണ് സവർണർ സ്വീക രിച്ചത്. അടിച്ചമർത്തപ്പെട്ടവരുടെ ഇടയിൽ നിന്ന് ആരും പഠിക്കുവാനായി മുന്നിട്ടിറങ്ങിയതുമില്ല. എന്നാൽ വെള്ളിക്കര ചോതിയുടെ ശ്രമഫലമായി പുല്ലാട്ട് സ്കൂളിൽ ചേർന്ന് പഠിക്കാൻ താൽപ്പര്യമുള്ള മൂന്നു കുട്ടികളെ കണ്ടെത്തുകയും അവരുമായി സ്കൂളിലേക്ക് പോവുകയും ചെയ്തു. ഇവർ സ്കൂളിൽ പ്രവേശിച്ചതും എന്തോ അത്യാഹിതം സംഭവിച്ചതു പോലെ മറ്റ് കുട്ടികൾ നിലവിളിച്ചുകൊണ്ട് കൂട്ടമായി സ്കൂളിന് പുറ ത്തേക്ക് പാഞ്ഞു.

അയിത്തവിഭാഗത്തിലെ കുട്ടികളോടൊപ്പമിരുന്നു പഠിക്കുവാൻ ജാതി വെറി പിടിച്ചവർ തങ്ങളുടെ കുട്ടികളെ സ്കൂളിൽ അയയ്ക്കാതെയായി. സ്വന്തം കുട്ടിയുടെ പഠനത്തേക്കാൾ അവർക്ക് മുഖ്യം ജാതിയെ നില നിർത്തുക എന്നതായിരുന്നു. സ്കൂൾ പൂട്ടിയിടുന്ന നിലവരെയെത്തി. വെള്ളിക്കര ചോതിയും അദ്ദേഹത്തിന്റെ പിന്നിൽ അണിനിരന്ന അധഃ സ്ഥിത ജനതയും പിന്നോട്ടുപോകാൻ തയ്യാറായില്ല. സംഘർഷത്തിന്റെ അന്തരീക്ഷമായിരുന്നു അവിടെ. കായികമായ ഏറ്റുമുട്ടൽ ആഴ്ചകളോളം നിന്നു. വെള്ളിക്കര ചോതി ചേലക്കൊമ്പൻ എന്ന അതി വിദഗ്ധനായ കായികാഭ്യാസിയെ കൊണ്ടുവന്ന് ഈ അക്രമങ്ങളെ ചെറുത്തു.

ഊന്നുപാറ പണിക്കർ എന്നയാളായിരുന്നു സവർണവിഭാഗത്തിന്റെ അതിക്രമങ്ങൾക്ക് നേതൃത്വം നൽകിയത്. അധഃസ്ഥിതർ പ്രവേശിച്ച സ്കൂൾ അവർ അഗ്നിക്കിരയാക്കി. സമചിത്തത കൈവെടിയാതെ അധഃ സ്ഥിത ജനത തങ്ങളുടെ അവകാശങ്ങൾക്കുവേണ്ടി പോരാടി. ഒടുവിൽ വിജയം മർദിത ജനതയ്ക്കുതന്നെയായിരുന്നു. പഠിക്കാനും സാംസ കാരിക കർതൃത്വത്തിലേക്കുയരാനുമുള്ള അധഃസ്ഥിതരുടെ ഐതിഹാസി കമായ സമരങ്ങളായിരുന്നു വിദ്യാഭ്യാസ അവകാശ പ്രക്ഷോഭം.

8

പെരിനാട്ടുകലാപം അഥവാ കല്ലുമാല ബഹിഷ്കരണം

ജാതിവ്യവസ്ഥ ഓരോ ജാതി വിഭാഗത്തിനും പ്രത്യേക വേഷങ്ങൾ കൽപ്പിച്ചുകൊടുത്തിരുന്നു. അധഃസ്ഥിതർക്ക് അവരുടെ താൽപ്പര്യ ങ്ങൾക്കൊത്തവിധം വസ്ത്രം ധരിക്കാനും ആഭരണങ്ങൾ ധരിക്കാനുമുള്ള സ്വാതന്ത്ര്യം നൽകിയിരുന്നില്ല. സ്ത്രീകൾക്ക് മാറുമറയ്ക്കാനോ മുട്ടിനു താഴെ വസ്ത്രം ധരിക്കാനോ അനുവദിക്കപ്പെടാതിരുന്ന കാലത്ത് അതി നെതിരായ ധീരമായ ചെറുത്തുനിൽപ്പുകൾ ഉണ്ടായിട്ടുണ്ട്.

വസ്ത്രം ധരിക്കാനുള്ള ചാന്നാർ സമൂഹത്തിന്റെ സമരമായിരുന്നു അതിലൊന്ന്. 1828 ലാണ് ഐതിഹാസികമായ ആ സമരം നടന്നത്. വൈകുണ്ഠ സ്വാമികളുടെ പ്രസ്ഥാനമാണ് അതിന് നേതൃത്വം കൊടു ത്ത്. അത്തരത്തിലുള്ള ഒരു സമരമായിരുന്നു കല്ലുമാല ബഹിഷ്കര ണവും.

മാറുമറയ്ക്കാൻ സ്വാതന്ത്ര്യമില്ലാത്ത ദളിത് സ്ത്രീകൾ കല്ലും അളുങ്കും ചേർത്തുണ്ടാക്കിയ മാലയാണ് ധരിച്ചിരുന്നത്. ജാതീയമായ അധഃസ്ഥിതാവസ്ഥയുടെ ചിഹ്നമായിരുന്നു ഈ കല്ലുമാലകൾ. അത് ജാതി വ്യവസ്ഥ നിർബന്ധമായി അവരുടെ കഴുത്തിൽ ചാർത്തിക്കൊടു ത്തതായിരുന്നു. അതുകൊണ്ട് തന്നെ ഈ ആചാരത്തിനെതിരെ ശക്ത മായി പ്രതിഷേധിക്കാൻ അയ്യൻകാളി തീരുമാനിച്ചു. കല്ലുമാല നിങ്ങളുടെ അടിമത്തത്തിന്റെ ചിഹ്നമാണെന്നും അത് പൊട്ടിച്ച് ദൂരെ എറിയണമെന്നും അദ്ദേഹം നിർദേശിച്ചു.

അയ്യൻകാളിയുടെ ഈ പുറപ്പാട് ജാതിയ്ക്കെതിരെയുള്ള കലാപമാ യിരുന്നു. ജാതി നിലനിൽക്കുന്നത് ഇത്തരം ചിഹ്നങ്ങളിലൂടെയാണ്. അത് ഉപേക്ഷിക്കുവാൻ ജാതിയുടെ ഇരകളായവർ തീരുമാനിച്ചാൽ തകർന്നു പോകുന്നത് ജാതിയുടെ മതിൽക്കെട്ടുകളാണ്. മേലാള കീഴാള ക്രമങ്ങളെ

സംരക്ഷിച്ചുകൊണ്ടുമാത്രമേ ജാതി നിലനിൽക്കൂ. മേലാളത്വത്തിൽ നിന്നും കീഴാളത്വത്തെ ഒരേസമയം വിച്ഛേദിക്കുകയും ബന്ധിപ്പിക്കുകയും ചെയ്തുകൊണ്ടാണ് ജാതി അതിന്റെ പ്രവർത്തനങ്ങൾ തുടങ്ങുന്നത്. ഇത്തരം വിച്ഛേദനങ്ങളെ പ്രത്യക്ഷവൽക്കരിക്കുവാനാണ് കീഴാളർക്ക് ചില ചിഹ്നങ്ങൾ കൊടുത്തിരിക്കുന്നത്. കീഴാളർക്കെന്നതുപോലെ മേലാളർക്കും അവരുടെ ജാതി മേൽക്കോയ്മ നിലനിർത്താൻ പ്രത്യേക ചിഹ്നങ്ങളുണ്ട്. ഈ ചിഹ്നങ്ങൾ തീരുമാനിക്കുന്നത് അധീശത്വം വഹിക്കുന്ന വിഭാഗങ്ങളാണെന്ന് പ്രത്യേകം സൂചിപ്പിക്കേണ്ടതില്ല.

കല്ലുമാല എന്നത് ഇത്തരത്തിൽ അധഃസ്ഥിതരുടെ കീഴാളപദവിയുടെ ചിഹ്നമായിരുന്നു. അത് പൊട്ടിച്ചെറിയാൻ അയ്യൻകാളി ആഹ്വാനം ചെയ്യുക എന്നാൽ ജാതിയെ പൊട്ടിച്ചെറിയുക എന്നുതന്നെയാണ് അതിന്റെ അർഥം. അയ്യൻകാളി ഇത് നന്നായി തിരിച്ചറിഞ്ഞു. സവർണ വിഭാഗം അടങ്ങിയിരുന്നില്ല. ജാതിയെ താങ്ങിനിർത്തിയിരുന്ന ഈ കല്ലുമാലകൾ അധഃസ്ഥിതസ്ത്രീകളുടെ മാറിൽ നിന്ന് ഇളകാതിരിക്കുവാനുള്ള എല്ലാശ്രമങ്ങളും ആരംഭിച്ചു. അതിന്റെ ഫലമായി വലിയകലാപങ്ങളാണ് പിന്നീട് നടന്നത്. 1915 ലാണ് ഈ സംഭവം അരങ്ങേറുന്നത്.

സ്ത്രീകൾ ഏതുവിധമാണ് കല്ലുമാല അണിഞ്ഞിരുന്നതെന്ന് ചെന്താരശ്ശേരി എഴുതുന്നു:

> അസ്പൃശ്യസ്ത്രീകൾ കല്ലും മാലയും എന്ന അപരിഷ്കൃത ആഭരണങ്ങളാണ് ധരിച്ചിരുന്നത്. തീണ്ടലിന്റെയും ഹീനതയുടെയും ചിഹ്നമായ ആ കല്ലാഭരണങ്ങളും പളുങ്കുമാലകളും നഗ്നമായ മാറിടത്തിലും കൈകളിലും ബഹുവർണ്ണനാഗങ്ങളെപ്പോലെ ചുറ്റിപ്പിണഞ്ഞുകിടന്നിരുന്നു. കൈകളിൽ വളകൾ പോലെ കുറെയെണ്ണം ചിറ്റിയിരിക്കും. കാതുകളിൽ കുണുക്ക് എന്നു പേരായ ഇരുമ്പു കഷണങ്ങളാണ് തൂക്കിയിട്ടിരുന്നത്. സ്ത്രീകൾക്ക് അരയ്ക്ക് ചുറ്റുമുള്ള ഭാഗങ്ങളിലല്ലാതെ വസ്ത്രങ്ങൾ ധരിക്കാൻ പാടില്ലെന്നായിരുന്നു ജാതിച്ചട്ടം. (*കേരളചരിത്രത്തിന്റെ ഗതിമാറ്റിയ അയ്യൻകാളി*)

അയ്യൻകാളിയുടെ നേതൃത്വത്തിൽ ജാതി അടിമത്തത്തിന്റെ ചിഹ്നമായ കല്ലുമാല പൊട്ടിച്ചെറിഞ്ഞത് പെരിനാട്ടു വച്ച് നടന്ന കീഴാളവിഭാഗത്തിന്റെ ഒരു യോഗത്തിലാണ്. അതിലേക്ക് എത്തിച്ചേർന്ന ചില സംഭവങ്ങൾ കൊല്ലത്തും പരിസരപ്രദേശങ്ങളിലുമുണ്ടായി. ജാതിമേധാവിത്തത്തിനെതിരെയുള്ള മർദിത ജനതയുടെ മുന്നേറ്റമായിരുന്നു അത്. സാമൂഹ്യനീതിക്കും തൊഴിൽമേഖലയിലെ അവകാശങ്ങൾക്കും വേണ്ടി ശബ്ദമുയർത്താൻതുടങ്ങിയ ദളിതർക്ക് നേരെ ക്രൂരമായ അക്രമപരമ്പരകളാണ് അവിടെ അരങ്ങേറിയത്. അയ്യൻകാളി പകർന്നുനൽകിയ ആത്മവിശ്വാസം മാത്രമായിരുന്നു അധഃസ്ഥിതരുടെ കൈമുതൽ.

ഈ ആത്മവിശ്വാസം സവർണരെ പ്രകോപിതരാക്കി. പാടത്തും പറമ്പത്തും അവർ തങ്ങളുടെ പ്രതികാരം നടപ്പിലാക്കാൻതുടങ്ങി. അധഃസ്ഥി

തർ രാവിലെ ആറുമണിമുതൽ രാത്രിയാകുംവരെ പണിയെടുത്താലും ജന്മിമാർ അവരെ ശകാരിച്ചുകൊണ്ടിരുന്നു. ജോലിക്കുള്ള കൂലി ഇടങ്ങഴി നെല്ലുമാത്രമാണ്. അതായത് അവർ നാളെയും അവിടെ വന്ന് ജോലി ചെയ്യുന്നതിനാവശ്യമായ ജീവൻനിലനിർത്താനുള്ള ഭക്ഷണം മാത്രമാ യിരുന്നു അത്. അടിയാളർ പണിക്കുവരാൻ അൽപ്പം താമസിച്ചാൽ ക്രൂര മായ മർദനമേൽക്കേണ്ടിവന്നിരുന്നു. അരക്ഷിതാവസ്ഥയുടെയും പട്ടിണി യുടെയും മർദനങ്ങളുടെയും ദിനരാത്രങ്ങൾ തള്ളിനീക്കി എത്ര നൂറ്റാ ണ്ടുകൾ തലമുറകളായി ഒരു ജനത ജീവിച്ചുതീർത്തു. അതിനെതിരെ യുള്ള ധീരമായ ഉണർവുകളുടെ കാലഘട്ടത്തെയാണ് അയ്യൻകാളി പ്രതി നിധീകരിക്കുന്നത്.

ഈ കാലഘട്ടത്തിൽ പലയിടങ്ങളിലുമുണ്ടായ ചെറുത്തുനിൽപ്പു കളും പോരാട്ടങ്ങളും പലയിടത്തും തലപൊക്കിയതിന്റെ പശ്ചാത്തല ത്തിൽ തന്നെയാണ് ജന്മിമാരുടെ ഈ ക്രൂരതകൾക്കെതിരെ മാവേലി ക്കര മുതൽ കൊല്ലം വരെയുള്ള സ്ഥലങ്ങളിലെ അധഃസ്ഥിത വിഭാഗ ത്തിലെ യുവാക്കൾ പ്രതികരിക്കാൻ തുടങ്ങുന്നത്. ഇത് സമരങ്ങളിലേക്കും തൊഴിൽത്തർക്കങ്ങളിലേക്കും വഴിതെളിച്ചു. ജന്മിമാർ ജോലി ഭാരം വർധി പ്പിക്കുകയും കൂലികുറയ്ക്കുകയും ചെയ്തതാണ് ഇത്തരം പ്രശ്നങ്ങളെ കൂടുതൽ വഷളാക്കിയത്. പണിചെയ്താലും പട്ടിണിയാണെങ്കിൽ ജോലി ക്കുപോകേണ്ടെന്ന തീരുമാനത്തിൽ അവർ എത്തിച്ചേർന്നു. ഇത് ജന്മി മാരെ കൂടുതൽ പ്രകോപിതരാക്കി.

ഇത് കലാപത്തിലേക്കാണ് വഴിതെളിച്ചത്. മാവേലിക്കര, പെരിനാട് ചെന്നിത്തല തുടങ്ങിയ സ്ഥലങ്ങളിൽ ജന്മിമാരുടെ ക്രൂരതകൾക്കെതി രായി വലിയ കലാപങ്ങളാണുണ്ടായത്. കൊല്ലം പ്രദേശത്തെ അധഃസ്ഥി തരുടെ നേതാവ് ഗോപാലദാസൻ എന്നൊരാളായിരുന്നു. മർദിതരുടെ അവ കാശപ്പോരാട്ടങ്ങളിൽ ജീവൻപോലും ബലിനൽകാൻ മടിയില്ലാത്ത ഉശി രൻ പ്രവർത്തകനായിരുന്നു അദ്ദേഹം. അധഃസ്ഥിതർക്ക് ആത്മവീര്യം നൽകിയ ഗോപാലദാസനെ വകവരുത്താൻതന്നെ ജന്മിവർഗം തീരുമാ നിച്ചു. അതിനായി കല്ലേരി കുറിനായർ എന്നൊരു ഗുണ്ടയെ അവർ ഏർപ്പാ ടാക്കി. അയാൾ അധഃസ്ഥിതരുടെ കൂരകളിൽ കയറി അക്രമം അഴിച്ചു വിട്ടു. ചെറുത്തുനിൽക്കാതെ തരമില്ലെന്ന ഘട്ടത്തെയാണ് അവർ നേരി ട്ടുകൊണ്ടിരുന്നത്. ഒത്തൊരുമയോടെ നിന്നാൽ മാത്രമേ ഈ പ്രതിസ ന്ധിയെ നേരിടാനാവൂ എന്നു മനസിലാക്കിയ കീഴാള ജനത വിവിധസ്ഥ ലങ്ങളിൽ യോഗം കൂടുവാനാരംഭിച്ചു.

അത്തരമൊരു യോഗം പെരിനാട്ടുള്ള ചെറുമൂട്ട് എന്ന സ്ഥലത്ത് കൂടാൻ തീരുമാനിക്കപ്പെട്ടു. ഇതിനുമുമ്പു നടന്ന യോഗങ്ങളെല്ലാം വലിയ കലാപത്തിലാണ് അവസാനിച്ചത്. കാരണം സവർണർ ഈ യോഗത്തെ തടയാൻ ശ്രമിക്കുക പതിവായിരുന്നു. സംഘടിതമായ അധഃസ്ഥിത മുന്നേ റ്റങ്ങളെ അധികാരി വർഗം ഭയപ്പെട്ടിരുന്നു എന്നാണ് ഇത് തെളിയിക്കു ന്നത്.

പെരിനാട്ട് അധഃസ്ഥിതർ യോഗം ചേരുന്നതറിഞ്ഞ സവർണർ അത് കലക്കാനുള്ള ശ്രമങ്ങൾ ആരംഭിച്ചു. ഗുണ്ടകളെ ഉപയോഗിച്ച് യോഗത്തെ കായികമായി നേരിടാൻ തന്നെയായിരുന്നു അവർ പദ്ധതിയിട്ടത്. പെരി നാട്ട് നടന്ന കലാപത്തെക്കുറിച്ച് ചെന്താരശ്ശേരി ഇങ്ങനെ രേഖപ്പെടു ത്തുന്നു:

യോഗസ്ഥലത്തേക്ക് കൊല്ലം ജില്ലയുടെ നാനാ ഭാഗങ്ങളിൽ നിന്ന് ഘോഷയാത്ര വന്നുകൊണ്ടിരുന്നു. ആ പ്രക്രിയ കിഴക്ക് വെള്ള കീറിയനേരം മുതൽ തുടങ്ങിയിരുന്നു. പുറജാതിക്കാരായ അസ്പൃ ശ്യരെ വഴിനടക്കാൻ അനുവദിക്കാതിരുന്ന ചുറ്റുപാടിൽ കൂടുവാൻ പോകുന്ന പ്രസ്തുത യോഗം ഏറെ സംസാരവിഷയമായി. .... യോഗം കലക്കുന്നതിനും ലഹളയുണ്ടാക്കുന്നതിനും ജാതിക്കാർ ഗൂഢാലോചന നടത്തിയിരുന്നു, അയ്യൻകാളി അടിയാളർക്കു കലാ പക്കൊടി കാട്ടിയ ഗോപാലദാസനെ വധിക്കുവാനും പദ്ധതിയിട്ടി രുന്നു.

ജാതിക്കാരായ എതിർപ്പുകാർ യോഗസ്ഥലത്തിനു സമീപം ആയു ധങ്ങളുമായി നിലയുറപ്പിച്ചിരുന്നു. അതേയവസരത്തിൽ തന്നെ ആയുധപാണികളായ കറുത്ത ചെറുപ്പക്കാരുടെ വളണ്ടിയർ സേന യോഗസ്ഥലം വളഞ്ഞ് ജാഗ്രത പാലിച്ചു.

വിശാഖൻ തേവൻ ഗാനമാലപിക്കാൻ തുടങ്ങിയപ്പോൾ അപ്രതീ ക്ഷിതമായി ഒരാൾ ഓടിവന്ന് നീണ്ട ഇരുമ്പുവടികൊണ്ട് ഒരടിയ ടിച്ചു. കക്ഷത്തിനുനേരെ വടി ഓങ്ങുന്നുവെന്ന് എങ്ങനെയോ മന സിലാക്കിയ ഗായകൻ നിന്ന നിലയിൽ മുകളിലേക്ക് കുതിച്ചു യർന്നു. അപ്പോൾ അടിയേറ്റത് തുടയിലാണ്. തൽക്ഷണം കാലു തളർന്ന് അദ്ദേഹം ബോധമറ്റു നിലത്തുവീണു. ബോധക്ഷയം മാറി ക്കഴിഞ്ഞു എഴുന്നേറ്റുനോക്കുമ്പോൾ കണ്ടതായ കാഴ്ച കരളലി യിക്കുന്നതായിരുന്നു.

ശത്രുവാണെങ്കിലും കൈകാര്യം ചെയ്തത് ഹൃദയഭേദകമായ വിധത്തിലായിരുന്നു. അടിച്ചവനെ തറയിലിട്ട് ഇഞ്ച ചതയ്ക്കുന്ന തുപോലെ അടിക്കുന്നു. കല്ലുമാല ധരിച്ച യുവതികൾ സംഹാര രുദ്രകളായി മാറിക്കഴിഞ്ഞു. അവർ അരിവാൾ കൊണ്ട് മാറി മാറി കൊത്തുന്നു. ഒരു കുരുക്ഷേത്രയുദ്ധം അവിടെ അരങ്ങേറി. പലരും പടനിലത്ത് നിലം പതിച്ചു. അവിടെ രക്തം തളം കെട്ടി. ജീവനും കൊണ്ട് ചിലർ ഓടുന്നു. ചിലർ ദ്വന്ദ യുദ്ധം നടത്തുന്നു.ചിലർ വെട്ടുകൊണ്ട് വീഴുന്നു. എല്ലായിടത്തും കൂട്ട നിലവിളി. (കേരള ചരിത്രത്തിന്റെ ഗതിമാറ്റിയ അയ്യൻകാളി)

പെരിനാട്ട് പ്രദേശത്തെ സവർണരുടെ വീടുകൾ പലതും അഗ്നി ക്കിരയാക്കപ്പെട്ടു. ഈ കലാപത്തിന്റെ ആദ്യദിവസം അധഃസ്ഥിതരുടെ അറുനൂറോളം കുടിലുകൾ സവർണർ തീവെച്ച് നശിപ്പിച്ചിരുന്നു. ഏഴു ദിവസത്തോളം കൊല്ലം ജില്ലയുടെ വിവിധ ഭാഗങ്ങൾ സംഘർഷഭരിത മായിരുന്നു.

പൊലീസ് പക്ഷപാതപരമായാണ് പെരുമാറിയത്. നിസ്വരായ അധഃ സ്ഥിതരെ മാത്രമാണ് പൊലീസ് വേട്ടയാടിയത്. പലരും വീടുവിട്ടോടി. ഓടാൻ പോലും കഴിയാത്തവർ എന്തുചെയ്യണമെന്നറിയാതെ പകച്ചു നിൽക്കുകമാത്രം ചെയ്തു.

ഈ അവസരത്തിൽ ക്രിസ്ത്യൻ മിഷനറി പ്രവർത്തകനായ എഡ് മണ്ട് സായ്പ് അശരണരായ അധഃസ്ഥിതരെ സഹായിക്കാൻ മുന്നിട്ടി റങ്ങി. അദ്ദേഹം വീട് നഷ്ടപ്പെട്ടവരെ മിഷൻ സ്കൂളിൽ പാർപ്പിക്കുകയും അവർക്ക് ആഹാരവും വസ്ത്രങ്ങളും നൽകുകയും ചെയ്തു. കലാപ ത്തിൽ പരുക്കേറ്റവർക്ക് ചികിത്സാ സഹായവും നൽകി. അക്കാലത്തെ പത്രങ്ങൾ കലാപത്തെ റിപ്പോർട്ടുചെയ്തിരുന്നു. പെരിനാട്ടു കലാപത്തെ ക്കുറിച്ച് *മലയാളി* റിപ്പോർട്ട് ചെയ്തത് *മിതവാദി* പത്രം ഇങ്ങനെ വിവരി ക്കുന്നു:

> കഴിഞ്ഞ ഞായറാഴ്ച തിരുവിതാംകൂർ പെരിനാട്ടുവച്ച് സാധുജന പരിപാലനസംഘം സെക്രട്ടറി ഗോപാലദാസന്റെ അധ്യക്ഷതയിൽ പുലയരുടെ ഒരു മഹായോഗം കൂടുകയുണ്ടായി. ആ അവസര ത്തിൽ നാനാ ദിക്കുകളിൽനിന്നുമായി ഏകദേശം രണ്ടായിരത്തി നുമേൽ പുലയർ ഹാജരായിരുന്നു. കൂടാതെ ആ സ്ഥലത്തുള്ള ഏതാനും നായന്മാരും സന്നിഹിതരായിരുന്നു. യോഗമധ്യേ രണ്ടു നായർ യുവാക്കൾ പുലയരുടെ ഇടയിൽ കടന്ന് ഏതോ ആവശ്യ പ്പെടുകയും ചെയ്തുവെന്ന കാരണത്തിന്മേൽ ഒരു ലഹളയുണ്ടാ വുകയും അതിൽ വച്ച് പുലയർക്ക് മുറിവുകൾ പറ്റുകയും ചെയ്യു കയുണ്ടായി. അനന്തരം പുലയർ സംഘമായി പുറപ്പെട്ടു. ഒരു നായ രുടെ വീടിന് തീ വയ്ക്കുകയും വഴിമധ്യേ തടുത്ത ചിലരെ കല്ലു കൊണ്ടെറിയുകയും മറ്റും ചെയ്യുകയുണ്ടായി. പെരിനാട്ട്, മങ്ങാട്, കിള്ളികൊല്ലൂർ മുതലായ സ്ഥലങ്ങളിൽ പുലയരുടെ ചില പുരകളും നശിപ്പിക്കപ്പെട്ടിട്ടുണ്ട്. അവിടെയുള്ള പുലയരിൽ മിക്കവാറും പേര് ആ സ്ഥലം വിട്ടുപോയിരിക്കുന്നതായി അറിയുന്നു. ഡിസ്ട്രിക്ട് മജിസ്ട്രേറ്റ് ഇന്നലെ രാവിലെ കൃത്യസ്ഥലത്തുപോയിരുന്നു.

നസ്രാണി ദീപിക ഈ സംഭവത്തെ റിപ്പോർട്ടുചെയ്തത് മിതവാദി ഉദ്ധരിച്ചു:

> തുലാം എട്ടാം തിയതി ഞായറാഴ്ച പകൽ പത്തുമണിയോടുകൂടി പെരിനാട്ട് ചെറുമൂടെന്ന സ്ഥലത്തു പുലയരുടെ ഒരു യോഗമാരം

ഭിച്ചു. യോഗത്തിന് സ്ത്രീകളും കുട്ടികളുമുൾപ്പെടെ ഏകദേശം രണ്ടായിരത്തിൽപ്പരം പുലയർ സന്നിഹിതരായിരുന്നു. യോഗം ആരംഭിച്ച ഉടൻ രണ്ടു ചട്ടമ്പിമാർ ചില ആയുധങ്ങളോടുകൂടി യോഗ ത്തിൽ കടന്ന് നിർഭയം ഗോപാലദാസന്റെ അടുത്തെത്തി. ഇവ രുടെ ഉദ്ദേശ്യത്തെ മുൻകൂട്ടി അറിഞ്ഞിരുന്ന പുലയർ അടുത്തു കൂടി ചട്ടമ്പിമാരെ കണക്കിനു പ്രഹരിച്ചു. അനന്തരം പുലയർ അവ രുടെ നായകനായ ഗോപാലദാസനെ കൊല്ലത്തേക്ക് കടത്തിവിട്ടു. രോഷാകുലരായ പുലയർ ചട്ടമ്പിമാർ ഒരുവന്റെ ഭവനത്തിൽകേറി സാമാനങ്ങൾ അപഹരിക്കുകയും വീടിനു തീകൊളുത്തി അരിശം നശിപ്പിക്കുകയും ചെയ്തു. അവിടെ നിന്നും ആയുധപാണികളായ പുലയർ രണ്ടാമത്തെ ചട്ടമ്പിയുടെ ഭവനം തകർക്കാൻ തുടങ്ങി. അവിടെ ഓടുമേഞ്ഞിരുന്നതിനാൽ തീവെച്ചില്ല. എങ്കിലും അവിടെ നിന്നും പടിഞ്ഞാറോട്ടു വരുന്ന വഴി പ്രസിദ്ധ ഗൃഹസ്ഥനായ ഒരു നായർ ആൾ ശേഖരത്തോടുകൂടി അവരെ എതിർത്തു. അവിടെവെച്ച് അതിഭയങ്കരമായ ഒരു കല്ലേറുണ്ടായി. രണ്ടുകൂട്ടർക്കും ധാരാളം പരുക്കുകൾ പറ്റി. ഒടുവിൽ ഛിന്നഭിന്നമായി പലഭാഗത്തേക്കും ഓടി രക്ഷപ്പെട്ടു. അനന്തരം നായന്മാർ അവിടങ്ങളിലുള്ള പുലയമാട ങ്ങൾ നശിപ്പിക്കാൻ തുടങ്ങി. മുന്നൂറിൽപ്പരം മാടങ്ങൾ തീവെച്ചും ഇടിച്ചുതകർത്തും ഇന്നുവരെ നശിപ്പിച്ചിട്ടുണ്ട്. പുലയർ പല ദേശ ങ്ങളിലായി അഭയം പ്രാപിച്ചിരിക്കുന്നു. പൊലീസ് അന്വേഷണം മുറയ്ക്കു നടന്നു വരുന്നുണ്ട്.

ഒരാഴ്ചയോളം നീണ്ടുനിന്ന കലാപത്തിലെ ഒരു ദിവസത്തെ റിപ്പോർട്ട് മാത്രമാണ് ഇത്. അധഃസ്ഥിതരുടെ ജീവിതം ഈ കലാപ ത്തോടെ കൂടുതൽ അരക്ഷിതാവസ്ഥയിലെത്തി.

പലരും വീടുവിട്ട് ചിതറിയോടി. പൊലീസിന്റെ വേട്ടയാടൽ ഭയന്ന് പുരുഷന്മാർ ഒളിവിൽപ്പോയി. സ്ത്രീകളും കുട്ടികളും ആഹാരവും പാർപ്പി ടവുമില്ലാതെ വലഞ്ഞു. കലാപത്തിനുശേഷം പെരിനാട് ശ്മശാനതുല്യ മായ അവസ്ഥയിലായി. അരക്ഷിതാവസ്ഥയും പട്ടിണിയും കൊണ്ട് വലഞ്ഞ അധഃസ്ഥിതർ സാധുപരിപാലന സംഘത്തിലെ ചില പ്രവർത്ത കർ അയ്യൻകാളിയെ വെങ്ങാനൂരിൽ ചെന്നു കണ്ടു. വെങ്ങാനൂരിലും ഊരുട്ടമ്പലത്തും നടന്ന കലാപങ്ങൾ കെട്ടടങ്ങി വരുന്നതേയുള്ളൂ. 1915 ൽ നടന്ന ഊരുട്ടമ്പലം കലാപത്തെത്തുടർന്ന് നടന്ന പൊതുയോഗ ത്തിൽ അയ്യൻകാളി സംസാരിച്ചതിനെക്കുറിച്ചും ആയിരത്തിലധികം പേർ യോഗത്തിൽ പങ്കെടുത്തിരുന്നതിനെക്കുറിച്ചും മലയാളിയും മിതവാദിയും റിപ്പോർട്ട് ചെയ്തിട്ടുണ്ട്. ഊരുട്ടമ്പലത്ത് നടന്ന ഈ യോഗത്തിന്റെ പിറ്റേ ദിവസമാണ് കൊല്ലത്തെ സാധുജന പരിപാലനസംഘം പ്രവർത്തകർ അയ്യൻകാളിയെ കാണാൻ എത്തുന്നത്.

ഉടൻ തന്നെ പെരിനാട്ടെത്താമെന്ന് അയ്യൻകാളി, സംഘം പ്രവർത്ത കർക്ക് ഉറപ്പു നൽകി. കൊല്ലത്തുനിന്നെത്തിയ സംഘം പ്രവർത്തകനായ

വിശാഖൻ തേവൻ അയ്യൻകാളിയോടൊപ്പം നിന്നു. സാമ്പത്തികമായ പ്രയാസങ്ങൾ കൊണ്ടാണ് അദ്ദേഹം അയ്യൻകാളിയോടൊപ്പം നിന്നത്. പ്രജാസഭാ മെമ്പറായിരുന്ന തേവൻ സ്വന്തമായി ഒന്നും സമ്പാദിച്ചിരുന്നില്ല. തന്റെ ജനതയ്ക്കുവേണ്ടിയുള്ള അക്ഷീണ പ്രവർത്തനങ്ങളിൽ മാത്രമായിരുന്നു അദ്ദേഹത്തിന്റെ ശ്രദ്ധ. അയ്യൻകാളിയുടെ പേരിലുള്ള കുറച്ച് ഭൂമിയുടെ ഭാഗം ഒറ്റിക്കുകൊടുത്തതിന്റെ തുകയായ അഞ്ഞൂറു രൂപയുമായാണ് വിശാഖൻ തേവൻ കൊല്ലത്തേക്ക് മടങ്ങിയത്.

കലാപം അവസാനിപ്പിക്കുന്നതിനായി അയ്യൻകാളി രംഗത്തിറങ്ങി. പൊലീസിന്റെ വേട്ടയാടൽ അവസാനിപ്പിക്കുവാൻ അദ്ദേഹം ദിവാനോട് അഭ്യർഥിച്ചു. ദിവാൻ ഈ ആവശ്യം അംഗീകരിക്കുകയും ചെയ്തു. കേസിൽപ്പെട്ട പ്രതികളുടെ ലിസ്റ്റ് തന്നാൽ താൻ ഇടപെട്ട് അവരെ കോടതിയിൽ ഹാജരാക്കാമെന്ന് അയ്യൻകാളി ദിവാന് ഉറപ്പുകൊടുത്തു. ഈ ഉറപ്പിന്മേലാണ് ദിവാൻ പൊലീസിനെ പിൻവലിച്ചത്. ആയിരത്തിൽപ്പരം പേരാണ് പ്രതിപ്പട്ടികയിലുണ്ടായിരുന്നത്. ഇവരുടെ ജാമ്യത്തിന്റെ കാര്യങ്ങളും അയ്യൻകാളിയുടെ ഉത്തരവാദിത്വത്തിലായി.

ഒരു സർവസമുദായ സമ്മേളനം വിളിച്ചുചേർക്കേണ്ടതുണ്ടെന്ന് അയ്യൻകാളി മനസിലാക്കി. കലാപത്തിന്റെ തീയണഞ്ഞെങ്കിലും സമൂഹത്തിൽ വിദ്വേഷത്തിന്റെ കനലുകൾ നീറിക്കൊണ്ടിരുന്നു. സർവസമുദായ സമ്മേളനത്തിന് ദിവാന്റെ അനുമതി ലഭിച്ചു. എന്നാൽ കൊല്ലം ദിവാൻ പേഷ്കാർ സമ്മേളനത്തിന് എതിരായിരുന്നു. കൊല്ലം സർക്കിൾ ഇൻസ്പെക്ടർ ഗോപാലപിള്ള കലാപമുണ്ടാകാതെ ശ്രദ്ധിക്കാമെന്ന ഉറപ്പ് കൊടുത്തതിന്റെ അടിസ്ഥാനത്തിൽ യോഗം കൂടാൻ തന്നെ തീരുമാനിച്ചു.

പക്ഷേ ഒരു പ്രതിസന്ധി തലയുയർത്തി. ഇത്രയും വലിയ ഒരു സമ്മേളനം നടത്താൻ ഉചിതമായ ഒരു സ്ഥലം ലഭിക്കുക എന്നതായിരുന്നു അത്. അന്ന് കൊല്ലത്ത് റെയിൽവേസ്റ്റേഷന് സമീപമുള്ള മൈതാനത്ത് സർക്കസ് നടത്തിക്കൊണ്ടിരുന്ന കമ്പനി അവരുടെ മൈതാനം യോഗത്തിനായി വിട്ടുകൊടുക്കാൻ സമ്മതിച്ചു. സർക്കസ് കമ്പനി ഉടമ തലശ്ശേരിക്കാരനായിരുന്ന താരാഭായി ആയിരുന്നു.

യോഗാധ്യക്ഷനായി ചങ്ങനാശ്ശേരി പരമേശ്വരൻ പിള്ളയെ തീരുമാനിച്ചു. ഈ യോഗത്തെക്കുറിച്ചും അതിനുമുമ്പ് നടന്ന സംഭവവികാസങ്ങളെക്കുറിച്ചും ഇങ്ങനെ എഴുതുന്നു:

വിദ്യാഭ്യാസപ്രചാരണത്തിനു പുറമേ ആചാര പരിഷ്കാരങ്ങൾക്കും സാധുജന പരിപാലന സംഘം പ്രാധാന്യം നൽകി. അക്കാലത്ത് പുലയർക്കിടയിൽ നടന്ന ഒരു വലിയ പ്രക്ഷോഭണമുണ്ട്. പരമ്പരാഗതമായ കല്ലും മാലയും (വിലകുറഞ്ഞ പല നിറത്തിലുള്ള മുത്ത് കോർത്തിണക്കി മാറുമുഴുവൻ മറയത്തക്കവിധം നിറയെ ധരിക്കുന്ന കല്ലുമാലകൾ. കൈകളിലും ചെവിയിലും മറ്റും ഇത്തരം കുപ്പിക്കല്ലുകളും മറ്റും കൊണ്ട് ആഭരണങ്ങൾ ധരിച്ചിരിക്കും.) ഉപേ

ക്ഷിച്ച വസ്ത്രം കൊണ്ടോ കുപ്പായം കൊണ്ടോ മാറുമറച്ച് വൃത്തി
യായി നടക്കാനുള്ള ശ്രമം. തിരുവനന്തപുരം തെക്ക് ഊരൂട്ടമ്പലം
മുതലായ പ്രദേശങ്ങളിലാണ് ആദ്യം ഈ പ്രക്ഷോഭം പടർന്നു
പിടിച്ചതെങ്കിലും ആഭ്യന്തരയുദ്ധത്തിന്റെ പ്രതീതി ഉയർത്തുന്ന
കോളിളക്കത്തിലേക്ക് നീങ്ങിയത് ഇന്നത്തെ കൊല്ലം ജില്ലയുടെ
ചില ഭാഗങ്ങളിലും പെരിനാട് പ്രദേശത്തുമാണ്. പുലയർക്കിടയിൽ
ആത്മാഭിമാനം വളർത്താനും അവകാശങ്ങൾ നേടാനും അപരി
ഷ്കൃതമായ കല്ലും മാലയും ഉപേക്ഷിക്കാനും അവിടങ്ങളിൽ പ്രചാ
രവേല നടത്തിയിരുന്നത് ഗോപാലദാസ് എന്നൊരാളാണ്. ഗോപാ
ലദാസിന്റെ പ്രവർത്തനം ഊർജിതപ്പെട്ടപ്പോൾ സവർണർ പ്രത്യ
കിച്ചും നായന്മാർ, ക്ഷുഭിതരാവുകയും പുലയരെ കടന്നാക്രമിച്ച്
പീഡിപ്പിക്കുകയും ചെയ്തു. പ്രതിക്രിയയായി പുലയർ നായന്മാ
രുടെ ചില വീടുകൾക്കും നായന്മാർ പുലയരുടെ മാടങ്ങൾക്കും
തീവെച്ചതോടെ, പുലയർ അഭയാർഥികളായി നാടുവിടാൻ
തുടങ്ങി. 1912 ൽ ഈ ഘട്ടത്തിലാണ് അയ്യൻകാളി ഇടപെട്ട് ശാന്തത
പുനഃസ്ഥാപിക്കാൻ ശ്രമിച്ചത്.

ചങ്ങനാശ്ശേരി പരമേശ്വരൻപിള്ള, ഡോ. രാമൻതമ്പി തുടങ്ങിയ പൗര
പ്രധാനികളുടെ പിന്തുണ നേടാൻ അയ്യൻകാളിക്കു കഴിഞ്ഞു. ഇവരെല്ലാം
ചേർന്ന് വിളിച്ചുചേർത്ത അനുരഞ്ജന സമ്മേളനത്തിന്റെ വാർത്ത
ദേശീയ പത്രികയായ പ്രവർത്തിച്ചുവന്ന മലയാളിയിൽ പ്രസിദ്ധീകരിച്ചിരി
ക്കുന്നത് താഴെ ചേർക്കുന്നു:

നാനാജാതി മതസ്ഥരായി സ്ഥലത്തുള്ള പ്രധാനപ്പെട്ട പൗരന്മാരും
വക്കീൽമാരും കച്ചവടക്കാരും ഉദ്യോഗസ്ഥരും പെരിനാട്ടുനിന്ന് മറ്റു
പല യോഗ്യന്മാരും കൃത്യസമയം തന്നെ സ്ഥലത്ത് വന്നുചേർന്നു.
പെരിനാട്ടും കൊല്ലത്തും മറ്റുള്ളവരുമായി ഏകദേശം നാലായിര
ത്തോളം പുലയസമുദായാംഗങ്ങൾ സ്ഥലത്തെത്തി.

അവരുടെ നേതാക്കന്മാരായ അയ്യൻകാളി, ചോതി മുതലായവ
രുടെ ആജ്ഞാനുസരണം മൈതാനത്ത് സഭാരംഗത്തിന്റെ മുൻഭാ
ഗത്തായി ഇരുത്തിയിരുന്നു. നടുവെ ഒരു കയറുകെട്ടി ഒരു ഭാഗത്ത്
സ്ത്രീകളും മറ്റൊരു ഭാഗത്ത് പുരുഷന്മാരുമായി ഇരുന്ന പുലയ
ജനങ്ങളിൽ കുട്ടികളും വയസ്സുചെന്നവരും മറ്റും ഉണ്ടായിരുന്നു.
പുലയ സ്ത്രീകൾ ശുചിയായ രീതിയിൽ വസ്ത്രധാരണം ചെയ്തു
വന്നിരുന്നതും യോഗനടപടികൾ തുടങ്ങിയ ശേഷം ബദ്ധശ്രദ്ധ
രായിരുന്നതും ജനങ്ങളുടെ ശ്രദ്ധയ്ക്ക് പാത്രമായ സംഗതികളാണ്.
(*കേരളനവോത്ഥാനം ഒരു മാർക്സിസ്റ്റ് വീക്ഷണം, പി ഗോവിന്ദ
പിള്ള*)

നായന്മാരും പുലയരും തമ്മിൽ യാതൊരു വിദ്വേഷങ്ങളും ഇല്ലെന്നും

അവർ അന്യോന്യം സ്നേഹബഹുമാനത്തോടെ കഴിയണമെന്നും ഈ സഭ അഭിപ്രായപ്പെടുന്നു എന്ന് രാമൻ തമ്പി പ്രസംഗിച്ചതായി മലയാളി പത്രം റിപ്പോർട്ടുചെയ്തു.

അടുത്ത പ്രസംഗം അയ്യൻകാളിയുടേതായിരുന്നു. സാധുജനപരി പാലന സംഘത്തിന്റെ ശ്രമഫലമായി തിരുവിതാംകൂറിലെ അടിയാള സ്ത്രീകൾ കല്ലും മാലയും ഉപേക്ഷിച്ച് റൗക്കയും മുണ്ടും ധരിക്കാൻ തുടങ്ങിയിരിക്കുന്നു എന്ന് അയ്യൻകാളി പ്രസ്താവിച്ചു. അതോടൊപ്പം ഐതിഹാസികമായ കാർഷിക പണിമുടക്ക് സമരത്തെക്കുറിച്ചും അദ്ദേഹം പ്രസംഗിച്ചു. കല്ലുമാല ബഹിഷ്കരിക്കാനുള്ള ധീരമായ സമര ത്തിൽ പങ്കെടുക്കുകയും അതിനെതിരെ മറ്റ് സവർണ സമുദായങ്ങൾക്ക് യാതൊരു വിധ എതിർപ്പുമില്ലെന്ന് പൊതുജനസമക്ഷം അംഗീകരിപ്പി ക്കുന്നതിനായി തന്റെ സഹോദരികൾ ഇവിടെ വച്ചുതന്നെ കല്ലുമാല പൊട്ടിച്ചെറിയണമെന്ന് അയ്യൻകാളി ആഹ്വാനം ചെയ്തു. ഈ സംഭവം അയ്യൻകാളി സ്മാരക ഗ്രന്ഥത്തിൽ ഇങ്ങനെ രേഖപ്പെടുത്തുന്നു:

> മി. അയ്യൻകാളി പുലയ സ്ത്രീകളുടെ ഇടയിൽ നിന്നും രണ്ടു പുലയ യുവതികളെ വിളിച്ചു സദസ്യരുടെ മുമ്പിൽ വരുത്തി അവരുടെ കഴുത്തിലെ കല്ലും മാലയും അറുത്തുകളയുവാൻ എല്ലാ വരോടും സമ്മതിച്ചിരിക്കുന്നുവെന്നും അവർ അങ്ങനെ ചെയ്തു കൊള്ളാമെന്ന് പറയുകയും ഉടനേ അവർ പിശ്ശാങ്കത്തികൊണ്ട് മാല അറുത്തുകളയുകയും ചെയ്തു....യോഗത്തിൽ എത്തിയിരുന്ന എല്ലാ പുലയ സ്ത്രീകളും ഉടനെ അവരുടെ മാല അറുത്തുകള യുന്ന ജോലി നടത്തി ആനന്ദഭരിതരായി കാണപ്പെട്ടു.

മലയാളി ഈ സംഭവം ഇങ്ങനെ റിപ്പോർട്ടുചെയ്തു:

> പുലയസ്ത്രീകൾ കല്ലും മാലയും ആണല്ലോ പണ്ടു പണ്ടേ ധരി ച്ചിരുന്നത്. തെക്കൻ തിരുവിതാംകൂറിൽ സാധുജന പരിപാലന സംഘത്തിന്റെ ശ്രമത്താൽ ഈ ആഭരണം ഒരു പുലയിയും അണി ഞ്ഞുവരുന്നില്ലെന്നും അവർ റൗക്കധരിച്ച് അർധനഗ്നത്വത്തെ നിരാ കരിച്ചിരിക്കുന്നുവെന്നും പെരിനാട്ടുവെച്ച് അങ്ങനെ ചെയ്യുന്നതി ലുള്ള വിരോധം കൊണ്ടാണ് ചില നായന്മാർ വഴക്കുണ്ടാക്കി ത്തീർത്തതെന്നും ഇപ്പോൾ ഈ മഹാസദസ്സിൽ വച്ചുതന്നെ ആ കാര്യം നടത്തുന്നതിന് (കല്ലും മാലയും അറുത്തുകളയുന്നതിന്)

> നായർമഹാന്മാരോട് താൻ അനുവാദം ചോദിക്കുന്നുവെന്നും മിസ്റ്റർ അയ്യൻകാളി പ്രസ്താവിച്ചു......മിസ്റ്റർ അയ്യൻകാളി ആവശ്യപ്പെട്ട തുപോലെ ഈ സദസ്സിൽ വച്ചുതന്നെ പുലയ സ്ത്രീകൾ കല്ലും മാലയും അറുത്തുകളയുന്നതിന് ഈ യോഗത്തിലുള്ളവർക്കെല്ലാം പൂർണമായി സമ്മതമുണ്ടെന്ന് അധ്യക്ഷൻ (കെ പരമേശ്വരൻ പിള്ള, ബി എ ബി എൽ അവർകൾ) ഹസ്തതാഡനമന്യേ വാഗ്ധാ

ടിയോടുകൂടി പറഞ്ഞവസാനിപ്പിച്ചു. (പി ഗോവിന്ദപ്പിള്ള, *കേരള നവോത്ഥാനം ഒരു മാർക്സിസ്റ്റ് വീക്ഷണം* എന്ന ഗ്രന്ഥത്തിൽ കേരളചരിത്രം സഞ്ചിക 1 ൽനിന്നും ഉദ്ധരിച്ചു ചേർത്തത്)

കേരളചരിത്രത്തിലെ വലിയൊരു വഴിത്തിരിവായി ഈ സംഭവം പരി ഗണിക്കപ്പെടുന്നു. വിദ്വേഷത്തിനു പകരം പരസ്പര സാഹോദര്യത്തിന്റെ പരിസരത്തുനിന്നുകൊണ്ടാണ് അധഃസ്ഥിത ജനതയുടെ മോചനവും ജാതി അനാചാരങ്ങളിൽനിന്നുള്ള ഉയർച്ചയും സാധ്യമാകൂ എന്ന് ഈ യോഗം തെളിയിച്ചു.

യോഗം വലിയ വിജയമായിരുന്നു. പക്ഷേ നിരവധിപ്പേരുടെ പേരിൽ കേസുകൾ നിലനിന്നിരുന്നതിനാൽ അവരെ ജാമ്യത്തിലെടുക്കുവാനും കേസ് നടത്തിക്കൊണ്ട് പോകുവാനുമുള്ള സാമ്പത്തിക പ്രയാസങ്ങൾ ഏറിവന്നു. വക്കാലത്തിന് വക്കീലിനെയും അവർക്ക് ലഭിച്ചില്ല. അപ്പോ ഴാണ് ഇലഞ്ഞിക്കൽ ജോൺ എന്ന വക്കീൽ ഒരു കുളം കുഴിച്ചുകൊടു ക്കണം എന്ന വ്യവസ്ഥയിൽ കേസ് ഏറ്റെടുക്കാൻ തയ്യാറായത്. കുളം നിർമിച്ച് നൽകുക എന്നത് വക്കീൽഫീസായി പരിഗണിച്ചുകൊണ്ട് ജോൺ വക്കീൽ പ്രതികൾക്ക് ജാമ്യം നേടിക്കൊടുത്തു. പന്ത്രണ്ട് സവർണ പ്രമാണിമാരെ ഈ കേസിൽ ശിക്ഷിക്കുകയുണ്ടായി.

കലാപത്തിന്റെ കനലുകൾ കെട്ടടങ്ങിയെങ്കിലും അതിന്റെ ചൂട് കുറ ച്ചുകാലമെങ്കിലും അവശേഷിക്കാതിരുന്നില്ല. പെരിനാട്ട് നടന്ന കലാപം നിരവധി സാമൂഹികവും സാമ്പത്തികവുമായ മാറ്റങ്ങളുണ്ടാക്കി. നിരവധി അധഃസ്ഥിതർ ക്രിസ്തുമതം സ്വീകരിച്ചു. ജാതി വ്യവസ്ഥയുടെ നുക ത്തിനുള്ളിൽ അടിമകളെപ്പോലെ കഴിഞ്ഞിരുന്ന ദളിതരെ സംബന്ധിച്ച് ക്രിസ്തുമതം വിമോചനത്തിന്റെ പുതിയ ആകാശവും ഭൂമിയും നൽകി. കൊളോണിയൽ ആധുനികത കൊണ്ടുവന്ന പുതിയ ആശയങ്ങൾ അധഃ സ്ഥിതരെ സംബന്ധിച്ച് വലിയ ആശ്വാസമായിത്തീർന്നു എന്നത് ഒരു വസ്തുതയായിരുന്നു. യഥാർഥത്തിൽ ഹിന്ദുമതത്തിൽപ്പെട്ടവരായിരുന്നില്ല ദളിതർ. അവർ അതിന്റെ സൃഷ്ടിയായ ചാതുർവർണ്യത്തിനും വെളി യിൽ ജീവിക്കാൻ വിധിക്കപ്പെട്ടവരായിരുന്നു. പുറജാതികൾ അഥവാ വർണങ്ങളിൽപ്പെടാത്ത മാടുകൾക്ക് തുല്യമായാണ് അവരെ പരിഗണി ച്ചിരുന്നത്. മനുഷ്യൻ എന്ന പദവിക്കുവേണ്ടി സമരംചെയ്യേണ്ടിവന്ന ജന തയാണ് അധഃസ്ഥിതർ. അതുകൊണ്ട് തന്നെ ക്രിസ്തുമതത്തിന്റെയും മറ്റും മനുഷ്യത്വപരതയെയും തുല്യതയെയും അവർ സ്വീകരിക്കുകയാ യിരുന്നു.

ബ്രിട്ടീഷ് കൊളോണിയലിസത്തേക്കാൾ ആഭ്യന്തര കൊളോണിയ ലിസമായ ബ്രാഹ്മണ്യവും ജാതിവ്യവസ്ഥയുമാണ് ദളിതരെ അസ്വാത ന്ത്ര്യത്തിന്റെ ചങ്ങലകളിലിട്ടതെന്ന് കാണാം. അതുകൊണ്ടാണ് നമുക്ക് സന്യാസം തന്നത് ബ്രിട്ടീഷുകാരാണെന്ന് ശ്രീനാരായണഗുരുപറഞ്ഞത്. ടി എം യേശുദാസൻ എഴുതുന്നു:

കോളനിവാഴ്ചയുടെ ഉപാധികളായ മിഷനറിപ്രവർത്തനങ്ങളെ സവർണ കൊളോണിയലിസത്തിനെതിരേ വിമോചനത്തിന്റെ ഉപാ ധികളാക്കി മാറ്റുവാൻ ദലിതർ അവലംബിച്ച മാർഗമായിരുന്നു മതാ രോഹണം. (*ബലിയാടുകളുടെ വംശാവലി*)

ഈ വിഷയത്തെക്കുറിച്ച *മിതവാദി* പത്രം റിപ്പോർട്ട് ചെയ്തിട്ടുണ്ട്:

കഴിഞ്ഞ ഞായറാഴ്ച കൊല്ലത്തിനടുക്കെയുള്ള പെരിനാട്, ആശ്രാമം പ്രദേശക്കാരായ നൂറ്റിരണ്ടു പുലയർ ലണ്ടൻ മിഷൻ പള്ളിയിൽനിന്ന് ക്രിസ്ത്യാനി മതം അവലംബിച്ചിരിക്കുന്നുവെന്ന് ന്യൂ ഇൻഡ്യാ എന്ന പത്രത്തിന്റെ തിരുവിതാംകൂർ ലേഖകൻ അറിയിക്കുകയും ആ സംഗതിയെപ്പറ്റി വളരെ ബലമായി ആ പത്രം പല സംഗതികളും എഴുതുകയും ചെയ്തിരിക്കുന്നു. (*കേരളചരി ത്രത്തിന്റെ ഗതിമാറ്റിയ അയ്യൻകാളി* എന്ന ഗ്രന്ഥത്തിൽ ചെന്താര ശ്ശേരി ഉദ്ധരിച്ചത്)

കല്ലുമാല ബഹിഷ്കരണത്തിനു ശേഷവും പലയിടങ്ങളിലും ചില കുഴപ്പങ്ങൾ തലപൊക്കിയിരുന്നതായി സൂചിപ്പിച്ചിരുന്നല്ലോ. അതിനെപ്പറ്റി *മിതവാദി* ഇങ്ങനെ റിപ്പോർട്ട് ചെയ്തു:

പുലയസ്ത്രീകൾ കല്ലുമാല ധരിക്കാത്തതിനെപ്പറ്റിയും മറ്റുമായി രുന്നുവല്ലോ തിരുവിതാംകൂർ പെരിനാട്ട് വച്ചുണ്ടായ ഭയങ്കരമായ ലഹള. ഈയിടെ അവിടെവെച്ചു വേറൊരു അതിക്രമം നടന്നിരുന്നു. ഒരു പുലയസ്ത്രീ വഴിയിൽക്കൂടി പോകുമ്പോൾ നിന്റെ കല്ലുമാല എവിടെ? എന്നൊരാൾ ചോദിച്ചുവത്രേ. അത് അന്ന് സഭയിൽ വച്ച് അറുത്തുകളഞ്ഞു എന്നു മറുപടി പറഞ്ഞു. ഉടനെ നിന്റെ ചെവിയും ഞാൻ അറക്കുന്നു എന്നു പറഞ്ഞ് ചെവി മുറിച്ചുകള ഞ്ഞതായി കേട്ടു. (ചെന്താരശ്ശേരി ഉദ്ധരിച്ചത്. *മിതവാദി*, 1916 മാർച്ച്)

ഈ സംഭവം അസഹിഷ്ണുതയുടെ കനലുകൾ നീറുന്ന ജാതി ഭ്രാന്തന്മാർ കേരളത്തിൽ അവശേഷിക്കുമെന്നാണ് തെളിയിച്ചത്. എത്രസ മാധാന സാഹോദര്യസമ്മേളനങ്ങൾ നടത്തിയാലും ജാതിയുടെ സാംസ് കാരിക അധീശത്വത്തെ കൈവിടാൻ അതിന്റെ ഗുണഭോക്താക്കൾ തയ്യാ റാവില്ല എന്നാണ് ഇത്തരം സംഭവങ്ങളൊക്കെ സൂചിപ്പിക്കുന്നത്.

9

പ്രജാസഭാ പ്രവർത്തനങ്ങൾ പ്രസംഗങ്ങൾ

കലാപകലുഷിതമായ അന്തരീക്ഷത്തിലും ഒട്ടും പതറാതെ നിന്ന് അധഃസ്ഥിത ജനതയ്ക്കുവേണ്ടി പോരാടിയ നേതാവായിരുന്നു അയ്യൻ കാളി. ഈ ഇച്ഛാശക്തി അദ്ദേഹം പ്രജാസഭയിലും പ്രകടിപ്പിച്ചു. അദ്ദേഹത്തിന്റെ പ്രജാസഭാപ്രസംഗങ്ങൾ തന്നെ ഇതിന് തെളിവാണ്. ദളി തർക്ക് ഭൂമി അനുവദിച്ചു നൽകുന്നതിനായി അദ്ദേഹം സഭയിൽ ശബ്ദ മുയർത്തി. മാത്രമല്ല പ്രജാസഭയിൽ അധഃസ്ഥിത പ്രാതിനിധ്യം കുറവാ ണെന്നും അദ്ദേഹം വാദിച്ചു. അതിന്റെ ഫലമായി 1917 ൽ ചക്കോള കുറു മ്പൻ ദൈവത്താൻ, പാറടി അബ്രഹാം എന്നിവർ സഭയിലേക്ക് നോമി നേറ്റു ചെയ്യപ്പെട്ടു.

28 വർഷം അയ്യൻകാളി പ്രജാസഭയിൽ സേവനമനുഷ്ഠിച്ചു. സ്വന്ത മായി ഭൂമിയില്ലാത്ത അധഃസ്ഥിത ജനതയ്ക്ക് ഭൂമിയും വീടും നേടിക്കൊ ടുക്കാൻ അദ്ദേഹത്തിന് കഴിഞ്ഞു. അതിനായി പ്രജാസഭയിൽ അദ്ദേഹം നിരന്തരം ശബ്ദമുയർത്തി. 1913 ഫെബ്രുവരി രണ്ടാം തിയതി അയ്യൻകാളി നടത്തിയ പ്രസംഗം അധഃസ്ഥിത ജനതയുടെ അടിസ്ഥാന പ്രശ്നങ്ങളി ലേക്കാണ് വിരൽ ചൂണ്ടുന്നത്. അദ്ദേഹത്തിന്റെ ധീരശബ്ദം സഭാഹാ ളിൽ മുഴങ്ങി:

എന്നെ ഒരു മെമ്പറായി നിയമിച്ചതിലേക്കും സാമുദായിക സ്വാത ന്ത്ര്യങ്ങൾ, വിദ്യാഭ്യസം മുതലായ കാര്യങ്ങളിൽ മറ്റു വർഗക്കാ രോടു കൂടി എന്റെ വർഗക്കാർ ഈയിടെ അനുഭവിച്ചുവരുന്ന അസംഖ്യം നന്മകൾക്കും ആയി എന്റെ വർഗക്കാർക്കുവേണ്ടി അവ രുടെ കൃതജ്ഞതയെ ബോധിപ്പിക്കുകയും ഈ നയത്തെത്തന്നെ ഭാവികാലത്തും അനുവർത്തിക്കണം എന്ന് ഞാൻ പ്രാർഥിക്കു

കയും ചെയ്തുകൊള്ളുന്നു. പുലയർക്ക് കെട്ടിടം വച്ച് കൊടുക്കു ന്നതിനായി നെയ്യാറ്റിൻകര താലൂക്കിൽ വിളപ്പിൽ പകുതിയിൽ തറ വില കൂടാതെ അഞ്ഞൂറു ഏക്കർ തരിശുഭൂമി കൊടുത്തു. കഴിഞ്ഞ സഭായോഗത്തിൽ ഈ വിഷയത്തെപ്പറ്റി ഞാൻ ബോധിപ്പിച്ച നിവേ ദനത്തെ ആദരിച്ചതിലേക്കും ഗവൺമെന്റിനോടുള്ള എന്റെ കൃത ജ്ഞത സമർപ്പിച്ചുകൊള്ളുന്നു.

പള്ളിപ്പുറം പകുതിയിലും കഴക്കൂട്ടം പകുതിയിലും ആയിരത്തിൽ പ്പരം പുലയ പാർപ്പിടങ്ങൾ ഇല്ലാതിരിക്കുന്നു. കിടപ്പുള്ള തരിശുഭൂ മികളെ അവരുടെ പേരിൽ പതിച്ചുകിട്ടുന്നതിന് അവരിൽ ചിലർ റവന്യൂഡിപ്പാർട്ടുമെന്റിൽ അപേക്ഷകൾ കൊടുത്തിട്ടുണ്ട്. പേരിൽ പതിവുസംബന്ധിച്ച നടപടികളെ വേഗം പൂർത്തിയാക്കുന്നതിനും തരിശുഭൂമികളെ അവർക്ക് കൊടുക്കുന്നതിനും വേണ്ട ഉത്തരവു കൾ ബന്ധപ്പെട്ട റവന്യൂ ഡിപ്പാർട്ട്മെന്റിൽ അയച്ചു സംസ്ഥാന ത്തിൽ ആ ഭാഗത്തുള്ള എന്റെ വർഗക്കാരുടെ സങ്കടങ്ങളെ തീർക്ക ണമെന്ന് ഞാൻ പ്രാർഥിക്കുന്നു.

ഞങ്ങളുടെ പാർപ്പിടത്തിനായി സംസ്ഥാനത്തിലെ പല ഭാഗങ്ങ ളിലും ഇതുപോലെ ഭൂമികളെ എന്റെ വർഗക്കാർക്ക് പതിച്ചു നൽകു ന്നതിനു വ്യവസ്ഥകൾ ചെയ്യണമെന്ന് പൊതുവായി ഞാൻ അപേ ക്ഷിച്ചുകൊള്ളുന്നു. അവസാനമായി എനിക്ക് ഇത്രമാത്രമേ പറ യുവാനുള്ളൂ. കോട്ടയം ഡിവിഷനിലെ പുലയ വർഗക്കാരുടെ കാര്യ ങ്ങളെപ്പറ്റി ബോധിപ്പിക്കാൻ ഈ സഭയിൽ രത്തരും ഇല്ല. അതു കൊണ്ട് ആ ഡിവിഷനിലെ വർഗക്കാരിൽ നിന്നും ഒരാളെ അടു ത്താണ്ടുമുതൽ പ്രജാസഭയിൽ നിയമിക്കണമെന്ന് ഞാൻ അപേ ക്ഷിക്കുന്നു.

പ്രജാസഭയ്ക്കകത്തും പുറത്തുമുള്ള അയ്യൻകാളിയുടെ നിരന്തര മുള്ള ഇടപെടലുകൾ ഫലം കാണുകയുണ്ടായി. തിരുവനന്തപുരം വിള യിൽ പകുതിയിൽ മുന്നൂറു ഏക്ര പതിച്ചുകിട്ടിയതിൽ ഓരോ ദളിത് കുടും ബത്തിനും ഒരു ഏക്ര ലഭിക്കുകയുണ്ടായി. പിന്നീട് നെടുമങ്ങാട് ഉഴമല യ്ക്കൽ പകുതിയിൽ അഞ്ഞൂറ് ഏക്ര ലഭിക്കുകയുണ്ടായി. ഇത്തരത്തിൽ നിരവധി ഭൂമികൾ ദളിതർക്കു ലഭിക്കുന്നതിനു പിന്നിൽ അയ്യൻകാളിയുടെ അക്ഷീണ പോരാട്ടമായിരുന്നു.

അയ്യൻകാളി പ്രജാസഭയിൽ നടത്തിയ പ്രസംഗങ്ങൾ ചരിത്രത്തിലെ തിളക്കമുള്ള അധ്യായമായി അവശേഷിക്കുന്നത് അത് ദളിത് ജനതയ്ക്ക് വിഭവങ്ങളും അധികാരവും നൽകുന്നതിനായുള്ള പോരാട്ടമായതിനാ ലാണ്. സാംസ്കാരിക കർത്തൃത്വത്തിലേക്കുള്ള വളർച്ച അധഃസ്ഥിതരെ സംബന്ധിച്ചിടത്തോളം കേവലമായ സർഗാവിഷ്കാരത്തിന്റെയോ ആത്മ പ്രകാശനത്തിന്റെയോ പ്രശ്നം മാത്രമായിരുന്നില്ല. അത് മനുഷ്യൻ എന്ന നിലയ്ക്കുള്ള സാമൂഹ്യപരിസരത്തേക്കുള്ള പ്രവേശനത്തിന്റെ വിഷയ

മായിരുന്നു. അയ്യൻകാളിയുടെ ചിട്ടയായ സമരങ്ങളും ആ സമരത്തിന്റെ രാഷ്ട്രീയ ഉള്ളടക്കവുമാണ് കേരളത്തിലെ ദളിത് കീഴാള ജനതയെ ഉണർ ത്തിയത്.

ദളിതരുടെ ഭൂപ്രശ്നങ്ങളെപ്പോലെ തന്നെ അയ്യൻകാളി ദളിതരുടെ ഉദ്യോഗ വിഷയത്തെയും പ്രജാസഭയിൽ ഉന്നയിച്ചു. 1913 ഫെബ്രുവരി 22 ന് അയ്യൻകാളി ഈ വിഷയത്തിൽ തയ്യാറാക്കിയ നിവേദനം പ്രസംഗ രൂപത്തിൽ പ്രജാസഭയിൽ അവതരിപ്പിച്ചു:

സർക്കാർ ജീവനത്തിൽ കീഴ്ജീവനങ്ങളിൽ പുലയരെ നിയമി ക്കേണ്ട വിഷയത്തെ അനുകൂലമായി ആലോചിക്കാം എന്നു കഴിഞ്ഞ പ്രജാസഭായോഗത്തിൽ ഗവണ്മെന്റ് വാഗ്ദാനം ചെയ്തി ട്ടുണ്ട്. ഇപ്പോൾ പുലയരെ ചേർക്കാവുന്നതായ ഡിപ്പാർട്ടുമെന്റു കൾ വളരെ ചുരുക്കമാണെന്ന് എനിക്കറിയാം. താഴെപ്പറയുന്ന വിധ ത്തിൽ പുലയരെ തടവുകൂടാതെ നിയമിക്കുന്നതിന് ഗവണ്മെന്റ് പ്രീതിപുരസ്സരം ആജ്ഞാപിക്കണമെന്ന് ഞാൻ അപേക്ഷിക്കുന്നു.

1 സർക്കാർ അച്ചുകൂടങ്ങളിൽ ഇപ്പോൾ ഏതാനും പുലയർ പീസ് വർക്ക് ചെയ്തു വരുന്നു. അവരെയും അക്ഷരം ചേർക്കാൻ നല്ലതുപോലെ അറിയാവുന്ന മറ്റുള്ളവരെയും അവിടെ സ്ഥിരലാ വണങ്ങളിൽ നിയമിക്കണമെന്ന് ഞാൻ അപേക്ഷിക്കുന്നു.

2 പബ്ലിക് വർക്സ് ഡിപ്പാർട്ട്മെന്റിൽ കൂലിവേലക്കാരായി ഇപ്പോൾ പുലയരെ ധാരാളം നിയമിച്ചുവരുന്നു. മതിയാംവണ്ണം വിദ്യാഭ്യാസം സിദ്ധിച്ചിട്ടുള്ള ഏതാനും പേർക്ക് മേസ്തിരി മുതലായ ചില്ലറ ജീവ നങ്ങൾ കൊടുക്കാവുന്നതാകുന്നു.

3 പുലയരെ വാർഡർമാരായി നിയമിക്കുന്നതിലേക്കായി പുലയ വാർഡുകളുള്ള ആശുപത്രികളുടെ ഒരു ലിസ്റ്റ് ഗവണ്മെന്റ് ആജ്ഞാപിച്ചതിൻപടി അയച്ചിരുന്നു. അതിന്മേൽ എന്തു നടപടി നടത്തിയെന്ന് എനിക്ക് അറിയാൻ പാടില്ല. ഇവകളിലെല്ലാം പുല യരെ വാർഡന്മാരായി നിയമിക്കുന്നതിന് വേഗത്തിൽ ആജ്ഞകൾ അയയ്ക്കണമെന്ന് ഞാൻ അപേക്ഷിക്കുന്നു.

4 പുലയരെ വനം ഡിപ്പാർട്ടുമെന്റുകളിൽ കാവൽക്കാരായും ഗാർ ഡുകളായും നിയമിക്കുന്നത് ഗുണകരമായിരിക്കും. അവരെ അപ്ര കാരം നിയമിക്കണമെന്ന് ഞാൻ അപേക്ഷിക്കുന്നു.

5 പുലയരെ ആദായകരമായ വിധത്തിൽ ജോലിക്കു ആക്കാവുന്ന തായി അനേകം പണികൾ കരകൗശലവിദ്യാശാലയിലും ഉണ്ട്.

എന്റെ അഭിപ്രായത്തിൽ പുലയരെ തടവുകൂടാതെ നിയമിക്കുന്ന തായി സംസ്ഥാനത്തുള്ള ഡിപ്പാർട്ട്മെന്റിൽ ചിലതു മേൽപ്പറ ഞ്ഞവയാകുന്നു. പ്രത്യേക ശാസ്ത്രീയജ്ഞാനമോ കൂടുതൽ

വിദ്യാഭ്യാസയോഗ്യതയോ കൂടിയേതീരൂ എന്നുള്ള വിധത്തിൽ ആവശ്യമില്ല എന്നു ഗവണ്മെന്റു അഭിപ്രായപ്പെടുന്നവയായ ജീവ നങ്ങൾക്കെല്ലാം പുലയരെ നിയമിക്കണം എന്നു ഞാൻ അപേക്ഷി ക്കുന്നു.

അന്ന് വിദ്യാഭ്യസത്തിന്റെ മേഖലയിലേക്ക് അധഃസ്ഥിതരുടെ പ്രവേ ശനത്തിനായി സമരങ്ങളും മറ്റും നടക്കുന്ന കാലമായിരുന്നു. അതു കൊണ്ട് തന്നെ വിദ്യാഭ്യാസയോഗ്യതയെ അടിസ്ഥാനപ്പെടുത്തിയുള്ള ജോലികളിലേക്കൊന്നും ദളിതർക്ക് പ്രവേശിക്കാൻ കഴിയുമായിരുന്നില്ല. അതുകൊണ്ട് സർക്കാർ ജോലിയിലേക്കുള്ള പ്രവേശനം അസാധ്യമാ ണെന്ന് കരുതി അടങ്ങിയിരിക്കുകയായിരുന്നില്ല അയ്യൻകാളി എന്നാണ് ഇതിൽ നിന്ന് മനസിലാക്കേണ്ടത്. പ്രത്യേക വിദ്യാഭ്യാസയോഗ്യത ആവ ശ്യമില്ലാത്ത ജോലികൾ തന്റെ ജനതയ്ക്ക് നേടിക്കൊടുക്കുന്നതിനായി അദ്ദേഹം പ്രയത്നിക്കുകയായിരുന്നു.

പ്രജാസഭയിലെ അയ്യൻകാളിയുടെ പ്രസംഗങ്ങൾ ദളിത് സമൂഹ ത്തിന്റെ ബഹുമുഖമായ ഉന്നമനത്തിനായി അദ്ദേഹം ആത്മാർഥമായി പ്രയത്നിച്ചതിന്റെ രേഖകളാണ്. വിദ്യാഭ്യാസം ഉദ്യോഗം ഭൂമി തുടങ്ങിയ മേഖലകളിൽ അധഃസ്ഥിതരുടെ പ്രാതിനിധ്യം ഉറപ്പുവരുത്തുന്നതിനാ യുള്ള ശ്രമങ്ങളുടെ ചരിത്രരേഖകളാണിത്.

1919 ഫെബ്രുവരി 24 ന് അയ്യൻകാളി പ്രജാസഭയിൽ ചെയ്ത പ്രസംഗം താഴെക്കൊടുക്കുന്നു:

പുലയകുട്ടികളെ ഫീസുകൊടുക്കുന്നതിൽനിന്നും ഒഴിവാക്കണ മെന്ന് ഞാൻ അപേക്ഷിക്കുന്നു. അവർക്ക് കൃഷിയിലും കരകൗശ ലവിദ്യയിലും പരിശീലനം നൽകണം. ഗവണ്മെന്റ് ചെലവിൽ പുല യക്കുട്ടികൾക്ക് ഭക്ഷണം നൽകണം. അവരുടെ ഉന്നമനത്തിനു വേണ്ടി ബഡ്ജറ്റിൽ എല്ലാവർഷവും വകകൊള്ളിക്കണം.

പുലയക്കുട്ടികൾക്ക് സാങ്കേതിക വിദ്യാഭ്യാസം നൽകുന്നതിന് പ്രത്യേക സ്ഥാപനങ്ങൾ ഏർപ്പാട് ചെയ്യണം. സർക്കാർ സ്കൂളു കൾ അവർക്കുവേണ്ടി തുറന്നുകൊടുക്കുകയും പ്രതിവർഷം ധാരാളം കുട്ടികൾക്ക് സ്കോളർഷിപ്പ് നൽകുകയും വേണം.

വിദ്യാഭ്യാസത്തിനുവേണ്ടി അയ്യൻകാളി ഉയർത്തിയ പ്രക്ഷോഭങ്ങൾ പിൽക്കാലത്ത് വലിയ ഫലങ്ങളുണ്ടാക്കി. സാഹിത്യത്തിലും സംസ്കാ രത്തിലും ദളിത് കീഴാളസാന്നിധ്യങ്ങൾ പുതിയ കാഴ്ചകളും കാഴ്ചപ്പാ ടുകളും തുറന്നിട്ടു. ജാതി മേധാവിത്വത്തിന്റെ സൂക്ഷ്മസാന്നിധ്യങ്ങൾ ഇന്ന് നിരന്തരം പ്രശ്നവൽക്കരിക്കുകയും അതിനെതിരായ സാംസ്കാ രിക മുന്നേറ്റങ്ങൾ ഉണ്ടാവുന്നതും ഈ ചരിത്രഘട്ടത്തിന്റെ തുടർച്ചക ളിൽനിന്നുതന്നെയാണ്.

1932 മാർച്ച് 18ന് ശ്രീമൂലം പോപ്പുലർ അസംബ്ലിയിൽ ചെയ്ത

പ്രസംഗം വിദ്യാഭ്യാസ ആനുകൂല്യങ്ങൾക്കും ഉദ്യോഗനിയമനങ്ങൾക്കും വേണ്ടിയുള്ളതുമായിരുന്നു:

വിദ്യാഭ്യാസകാര്യങ്ങളിലും ഉദ്യോഗകാര്യങ്ങളിലും എന്റെ സമു ദായത്തിനു ചെയ്തിട്ടുള്ള നിരവധി സൗജന്യങ്ങൾക്കു ഞാൻ ഗവ ണ്മെന്റിന് നന്ദി പറയുന്നു. വിദ്യാർഥികളുടെ സ്കൂൾ ഫീസ്, പരീ ക്ഷാഫീസ് മുതലായവയിൽ സൗജന്യം അനുവദിക്കാൻ ഗവ ണ്മെന്റ് സന്മനസ്സുകാണിക്കണം. വിദ്യാഭ്യാസകാര്യത്തിൽ എന്റെ സമുദായം ഇന്നും വളരെ പുറകിലാണ്. സമുദായത്തിൽ ഒറ്റ ബി എ ക്കാരൻ പോലുമില്ല. കോളേജിലെ വിദ്യാഭ്യാസം വിജയകര മായി നിർവഹിക്കാൻ എല്ലാ വർഷവും കുറഞ്ഞ പക്ഷം അഞ്ചു വിദ്യാർഥികൾക്കെങ്കിലും സ്കോളർഷിപ്പ് നൽകണം. കോളേജ് വിദ്യാഭ്യാസത്തിനു യോഗ്യരായ ചില പുലയകുട്ടികൾ സാമ്പത്തിക വിഷമതകൾ കാരണം വിദ്യാഭ്യാസം നിർത്തിവയ്ക്കേണ്ട നില യുണ്ടായിട്ടുണ്ട്.

പതിനഞ്ച് വർഷത്തേക്കെങ്കിലും എന്റെ സമുദായക്കാർക്ക് ഉദ്യോഗം നൽകുന്ന കാര്യത്തിൽ മുൻഗണന നൽകുകയും അവരെ വയസ്സ് പരിമിതിയിൽ നിന്നൊഴിവാക്കുകയും ചെയ്യേണ്ട താണ്. ആറും ഏഴും ക്ലാസ്സുവരെ പഠിച്ചിട്ടുള്ള എന്റെ ആളുകൾക്ക് സംസ്ഥാനത്തെ എല്ലാ ഡിപ്പാർട്ടുമെന്റുകളിലും ശിപായി ജോലി യെങ്കിലും നൽകേണ്ടതാണ്. മലയാളം സ്കൂളുകളിൽ ആറാം ക്ലാസ്സുമുതലും ഇംഗ്ലീഷ് സ്കൂളുകളിൽ രണ്ടാം ഫാറം മുതലുള്ള ക്ലാസ്സുകളിൽ പഠിക്കുന്ന ഞങ്ങളുടെ കുട്ടികൾക്കെല്ലാം സ്കോ ളർഷിപ്പ് നൽകണമെന്ന് അപേക്ഷിക്കുന്നു. സർവേക്ലാസുകളിലെ കുട്ടികൾക്ക് ഫീസ് കൊടുക്കുന്നതിൽനിന്നും ഒഴിവാക്കേണ്ടതാണ്. എന്റെ സമുദായക്കാർ നടത്തുന്ന നെയ്ത്തുസ്കൂളുകൾക്ക് സ്പെ ഷ്യൽ ഗ്രാന്റ് നൽകണം. നെയ്ത്തു സ്കൂളുകളിലും കൈത്തൊ ഴിൽ പാഠശാലകളിലുമുള്ള കുട്ടികൾക്ക് സ്കോളർഷിപ്പ് നൽകേ ണ്ടതാണ്.

പ്രജാസഭയിലെ അയ്യൻകാളിയുടെ പ്രസംഗശൈലി ആരെയും ആകർഷിക്കുന്നതായിരുന്നു. ധീരവും ചടുലവും യുക്തിഭദ്രവുമായിരുന്നു അദ്ദേഹത്തിന്റെ പ്രസംഗങ്ങൾ.

10

സമുദായക്കോടതി
നീതിന്യായവ്യവസ്ഥിതിയുടെ
കീഴാള ബദൽ

കേരളസമൂഹം ജാതിയാൽ വിഘടിതമായിരുന്നു. അയിത്തവും ചാതുർവർണ്യവും മനുഷ്യനെ മനുഷ്യനിൽനിന്നകറ്റി. ഈ വ്യവസ്ഥ ചില മനുഷ്യരെ മനുഷ്യരായിപ്പോലും പരിഗണിക്കുന്നുമില്ല. അത്തരമൊരു സമൂ ഹത്തിൽ നീതി എന്ന സങ്കൽപ്പനം എങ്ങനെയാണ് പ്രവർത്തിക്കുക എന്നതിനെ സംബന്ധിച്ച് വലിയ ആലോചനകളുടെ ആവശ്യമുണ്ടെന്ന് തോന്നുന്നില്ല. സമൂഹത്തിലെ നീതിബോധം എന്നാൽ വരേണ്യതയുടെയും അസ്പൃശ്യതയുടെയും ജാതിമേധാവിത്വത്തിന്റെയും നീതിബോധമായി രുന്നു. ഈ നീതിബോധത്തെയാണ് അയ്യൻകാളിയുൾപ്പെടെയുള്ള നവോ ത്ഥാന നായകർ വെല്ലുവിളിച്ചത്. തങ്ങളെ മനുഷ്യരായിപ്പോലും പരിഗ ണിക്കാത്ത നീതിബോധത്തിനെതിരായ ബദൽ നീതിന്യായവ്യവസ്ഥകൾ അവർ സൃഷ്ടിച്ചു. മാത്രമല്ല നിലനിൽക്കുന്ന നീതിന്യായവ്യവസ്ഥകളെ ക്കുറിച്ച് അധഃസ്ഥിതർക്ക് അറിവുണ്ടാക്കുകയെന്നതും അയ്യൻകാളിയുടെ ലക്ഷ്യമായിരുന്നു. കാരണം പരിമിതമായ നീതിയെയെങ്കിലും അവസാന കച്ചിത്തുരുമ്പായി ഉപയോഗിക്കേണ്ടതിന്റെ ആവശ്യകത അദ്ദേഹത്തിന് നന്നായി അറിയാമായിരുന്നു. നിയമം അറിയുന്നവൻ സ്വന്തം അവകാശ ങ്ങളെക്കുറിച്ചുകൂടി അറിഞ്ഞിരിക്കുമെന്ന ബോധ്യം അയ്യൻകാളിക്കുണ്ടാ യിരുന്നു. നിലവിലുള്ള നീതിയുടെ ഇരകളായി തന്റെ ജനത മാറുന്നത് പലപ്പോഴും അദ്ദേഹത്തിന് കാണേണ്ടിവന്നിട്ടുണ്ട്. നിയമത്തെക്കുറിച്ചോ അതിന്റെ സാങ്കേതിക വശങ്ങളെക്കുറിച്ചോ ദളിതർക്ക് അറിവില്ലാത്തതു കൊണ്ടാണ് ഇതെന്ന് അയ്യൻകാളി മനസിലാക്കി. അതുകൊണ്ട് തന്റെ സമുദായത്തിലുണ്ടാകുന്ന കേസുകളും തർക്കങ്ങളും പരിഹരിക്കുന്നതി നായി ഒരു സമുദായക്കോടതി അദ്ദേഹം സ്ഥാപിച്ചു. സ്വസമുദായത്തിന്റെ കേസുകൾ പരിഹരിക്കുന്നതിനായി ഉന്നതാധികാരമുള്ള മേൽക്കോടതിയും

സാധുജനപരിപാലനസംഘത്തിന്റെ ശാഖകളിൽ സബ്ക്കോടതിയും അയ്യൻകാളി ആരംഭിച്ചു. സമുദായക്കോടതിയുടെ ഉന്നത നീതിപീഠത്തിൽ അയ്യൻകാളിയാണ് ഇരുന്നത്.

ഗവൺമെന്റിന്റെ കീഴിലുള്ള കോടതികളുടെ അതേ ചിട്ടകളും നീതി വ്യവസ്ഥയും തന്നെയാണ് സമുദായക്കോടതിയും തുടർന്നത്. സമുദായ ക്കോടതിയുടെ പ്രവർത്തനങ്ങളെക്കുറിച്ചും സർക്കാരിന് ഈ കോടതി യെക്കുറിച്ചുള്ള മനോഭാവമെന്തായിരുന്നുവെന്നും ചെന്താരശ്ശേരി എഴു തുന്നു:

നീതിബോധം നാട്ടുമര്യാദകൾ, സാമൂഹ്യനിയമങ്ങൾ, പൊതുനി യമങ്ങൾ മുതലായവയിൽ അറിവും പരിചയവും സിദ്ധിച്ച വക്കീ ലന്മാർ പ്രസ്തുത കോടതിയിൽ കേസുവാദം നടത്തിയിരുന്നു. സർക്കാർ കോടതിക്കു അവധിയുള്ള സമയത്താണ് അവിടത്തെ വക്കീലന്മാർ സമുദായക്കോടതിയിൽ ഹാജരായി കേസ് വാദിച്ചി രുന്നത്. ന്യായവിധികളും ഉത്തരവുകളും സംഘത്തിന്റെ ശാഖക ളിൽ എത്തിക്കുന്നതിന് ശിപായിമാരുമുണ്ടായിരുന്നു. ചട്ടങ്ങൾ ലംഘിക്കുന്നവരെ അറസ്റ്റ്ചെയ്ത് സമുദായക്കോടതിയിൽ ഹാജ രാക്കുന്നതിന് വാറണ്ടു ശിപായിമാരും ബഞ്ചുഗുമസ്തന്മാരുമുണ്ടാ യിരുന്നു. കേസുകളുടെ വിചാരണ കേൾക്കുന്നതിന് വാദികളും പ്രതികളും കേൾവിക്കാരും അച്ചടക്കത്തോടുകൂടി കോടതിയിൽ പെരുമാറുക പതിവായി. സബ്ക്കോടതികളിലെ വിധിയിന്മേലുള്ള അപ്പീൽ കേൾക്കുന്നതും സമുദായക്കോടതി തന്നെയാണ്.

ആധുനിക ജനതയ്ക്കു കേരളചരിത്രത്തിലെ ഇമ്മാതിരി സംഭവ ങ്ങൾ അജ്ഞാതമായിരിക്കാം. പുറജാതിക്കാർക്കു പൊതുസ്ഥാപ നങ്ങളിൽ പ്രവേശിക്കുവാൻ *മനുസ്മൃതിയെന്ന* ഭരണഘടന അനു വാദം നിഷേധിച്ചിരുന്ന സാഹചര്യത്തിൽ അവരുടെ സാമൂഹ്യ പുരോഗതിക്ക് സമുദായക്കോടതിയുടെ പ്രവർത്തനം സഹായക മാവുമെന്ന് ബോധ്യപ്പെട്ട സർക്കാർ സമുദായക്കോടതിയെ നിരോ ധിക്കുവാനോ നിരുത്സാഹപ്പെടുത്തുവാനോ തുനിയാതെ അവർക്കാ വശ്യമായ സഹായങ്ങളും ഒത്താശകളും ചെയ്തുകൊടുക്കുകയാ ണുണ്ടായത്.

ശനിയാഴ്ചതോറും കൂടിയിരുന്ന ഈ കോടതി നിഷ്പക്ഷമായാണ് കേസുകൾക്ക് വിധികൽപ്പിച്ചിരുന്നത്. സാധുജനപരിപാലനസംഘത്തിന്റെ പ്രധാന ഓഫീസായിരുന്നു കോടതിമുറിയായി ഉപയോഗിച്ചിരുന്നത്. സമു ദായക്കോടതിയിൽ തീർപ്പാകാത്ത കേസുകൾ മാത്രമാണ് സർക്കാർ കോടതികളിലേക്ക് വിട്ടിരുന്നത്. നീതിബോധത്തിന്റെയും അച്ചടക്കത്തി ന്റെയും സാന്മാർഗിക നിഷ്ഠയുള്ള ഒരു ജനത എന്നതായിരുന്നു അയ്യൻ കാളി ആഗ്രഹിച്ചത്. അതിനുള്ള പ്രായോഗികമായ മാർഗം എന്ന നില

യിലാണ് സമുദായക്കോടതിയെ അദ്ദേഹം സാക്ഷാൽക്കരിച്ചത്.

അയ്യൻകാളിക്ക് ഔദ്യോഗിക വിദ്യാഭ്യാസം ലഭിച്ചിരുന്നില്ല. അതു കൊണ്ട് കോടതികാര്യങ്ങൾക്കും മറ്റുമായി അദ്ദേഹത്തെ സഹായിക്കു ന്നതിനായി കേശവൻ റൈറ്റർ എന്നൊരാൾ പ്രൈവറ്റ് സെക്രട്ടറിയായി നിയമിക്കപ്പെട്ടിരുന്നു. അയ്യൻകാളിയുടെ പ്രവർത്തനഫലമായി വിദ്യാ ഭ്യാസം സിദ്ധിച്ച വ്യക്തിയായിരുന്നു കേശവൻ റൈറ്റർ. മെമ്മോറാണ്ടം തയ്യാറാക്കുക, പ്രജാസഭയിൽ അയ്യൻകാളി നടത്തേണ്ട പ്രസംഗങ്ങൾ ചിട്ടപ്പെടുത്തുക എന്നിവയൊക്കെയായിരുന്നു പ്രൈവറ്റ് സെക്രട്ടറിയുടെ ചുമതലകൾ.

അതുപോലെതന്നെ സാധുജനപരിപാലനസംഘത്തിന്റെ മുന്നണി പ്രവർത്തകനായ വി ജെ തോമസ് വാധ്യാർ അയ്യൻകാളിയുടെ സന്തത സഹചാരിയായിരുന്നു. മിഷൻസ്കൂൾ അധ്യാപകനായിരുന്ന തോമസ് വാധ്യാർ ജോലി ഉപേക്ഷിച്ചുകൊണ്ടാണ് അയ്യൻകാളിയുടെ പ്രവർത്ത നങ്ങൾക്കൊപ്പം നിലകൊണ്ടത്. നിയമപരമായ കാര്യങ്ങളിലും മറ്റും അയ്യൻകാളിയുടെ മുഖ്യ ഉപദേഷ്ടാവ് തോമസ് വാധ്യാരായിരുന്നു.

ദളിത് സമൂഹത്തിന് അനുകൂലമായ സർക്കാർ വിധികളുടെ പകർപ്പു കളും മറ്റും അയ്യൻകാളിക്ക് അദ്ദേഹം എത്തിച്ചുകൊടുത്തിരുന്നു.

ജൂബിലിഹാൾക്കൂട്ടം

സാധുജനപരിപാലനസംഘത്തിന്റെ വാർഷികസമ്മേളനത്തെയാണ് ജൂബിലിഹാൾക്കൂട്ടം എന്ന് വിളിക്കുന്നത്. വലിയ ആഡംബരത്തോടെ യാണ് ഈ വാർഷിക സമ്മേളനം നടത്തുക. ശ്രീമൂലം പ്രജാസഭ കൂടു ന്നത് തിരുവനന്തപുരം വിക്ടോറിയ ജൂബിലി ഹാളിലായിരുന്നു. (വി ജെ ടി ഹാൾ) നിയമസഭാസമ്മേളനത്തിന്റെ സമാപനത്തിന്റെ തൊട്ടടുത്തദി വസം ഈ ഹാളിൽ വച്ചാണ് സാധുജനപരിപാലനസംഘത്തിന്റെ വാർ ഷികസമ്മേളനം കൂടുക. അതുകൊണ്ടാണ് ഈ സമ്മേളനത്തെ ജൂബിലി ഹാൾക്കൂട്ടം എന്ന് വിളിക്കുന്നത്. സംഘത്തിന്റെ വിവിധശാഖകളിൽനി ന്നായി ആയിരത്തിലധികം ആളുകൾ ജൂബിലിഹാൾക്കൂട്ടത്തിനെത്തു മായിരുന്നു. ഘോഷയാത്രയായാണ് അവർ സമ്മേളനസ്ഥലത്തെത്തുക. വഴിനടക്കാൻ സ്വാതന്ത്ര്യമില്ലാതിരുന്ന അധഃസ്ഥിതരുടെ ഈ ഘോഷ യാത്ര ഊടുവഴികളിലൂടെയാണ് സമ്മേളനസ്ഥലത്തെത്തുക. ഓരോ ജാതി സമൂഹത്തിനും പ്രത്യേകം പ്രത്യേകം വഴികളുണ്ടായിരുന്നു. അങ്ങനെ അദൃശ്യതയുടെ ഊടുവഴികളിലൂടെ ജൂബിലിഹാളിലേക്ക് വെട്ട പ്പെടുന്ന ഈ ഘോഷയാത്രയിൽ സ്ത്രീകളുടെ നല്ല പങ്കാളിത്തമുണ്ടാ യിരുന്നു.

സംഘത്തിന്റെ ജനറൽ സെക്രട്ടറി എന്ന നിലയ്ക്ക് അയ്യൻകാളി ഇതിനെല്ലാം നേതൃത്വം വഹിക്കും. ദിവാൻ, ചീഫ് സെക്രട്ടറി, വകുപ്പു മേധാവികൾ തുടങ്ങിയവർ സർക്കാർ പ്രതിനിധികളായി അവിടെയു ണ്ടാകും.

ജൂബിലിഹാൾക്കൂട്ടത്തിന്റെ ചടങ്ങുകളെക്കുറിച്ച് ചെന്താരശ്ശേരി സവിസ്തരം പ്രതിപാദിക്കുന്നു:

സ്വാഗത പ്രസംഗത്തിനുമുമ്പ് പ്രാർഥനാഗാനം പതിവുള്ളതാണ്. സരസകവി മൂലൂർ പത്മനാഭപ്പണിക്കർ രചിച്ച ഗാനങ്ങളായിരിക്കും അതിനുപയോഗിക്കുക. അദ്ദേഹവും എല്ലാ യോഗങ്ങളിലും പങ്കെ ടുക്കാറുണ്ട്. ചക്കോല കുറുമ്പൻ ദൈവത്താൻ ആലപിക്കുന്ന പ്രാർഥനാശ്രവണമാത്രയിൽ അവിടെ സാന്നിധ്യം ചെയ്തിട്ടുള്ള അധഃസ്ഥിത ജനതയുടെ നയനങ്ങൾ സജലങ്ങളായി ഭവിക്കാ റുണ്ട്. അത്രമാത്രം ഹൃദയദ്രവീകരണ ശക്തി ആ ഗാനത്തിനുണ്ടാ യിരിക്കും. ഉദാഹരണത്തിന് ഒരു ഗാനത്തിന്റെ ചില വരികൾ ഉദ്ധ രിക്കട്ടെ

കേട്ടുഗ്രഹിച്ചുകൊൾവിൻ
സാധുക്കൾ തൻ കഷ്ടതകളെല്ലാം.
എങ്ങൾ എങ്ങോട്ടു പോയിടേണ്ടൂ
ദൈവമേ, എന്നു കരഞ്ഞിടുന്നു
വീടുകളൊന്നുമില്ല, നാടുമില്ല
കാടുകൾ തന്നെയുള്ളൂ
കാട്ടിൽ കിടന്നിടേണം
ദിനംപ്രതി കാടുതെളിച്ചീടേണം
കാട്ടുവൃക്ഷങ്ങളെല്ലാം നട്ടു
കാഫലമായിടുമ്പോൾ
പണമുള്ളോർ കൈക്കലാക്കും
ദൈവമേ, ഞാനെന്നു കരഞ്ഞീടുന്നു
കുടകൾ പിടിച്ചുകൂടാ
കടകളിലെങ്ങും കടന്നുകൂടാ
അദ്ധ്വാന ശീലമുള്ള സാധുജനം
അദ്ധ്വാനപ്പെട്ടിടുന്നു

ഒരുജനതയുടെ ആധികളും ദുഖങ്ങളും പ്രതിഷേധങ്ങളും ഇത്തരം പാട്ടുകളിൽ പ്രത്യക്ഷമായിരുന്നു. പൊയ്കയിൽ യോഹന്നാനെ പ്പോലുള്ളവർ പാടുകയും രചിക്കുകയും ചെയ്ത ഗാനങ്ങളുടെ വൈകാരികതയും പ്രതിഷേധങ്ങളും തന്നെയാണ് ഈ പാട്ടുക ളിലും ഉള്ളടങ്ങിയിരുക്കുന്നത്. സ്വാഗതപ്രസംഗത്തിനുശേഷം ദളി തരുടെ നിരവധി അവകാശങ്ങൾക്കുവേണ്ടിയും അവർക്കുനേരെ നടന്ന നീതിനിഷേധങ്ങൾ, അതിക്രമങ്ങൾ എന്നിവയെക്കുറിച്ചു മുള്ള കാര്യങ്ങൾ അയ്യൻകാളി രേഖാമൂലം അവതരിപ്പിക്കും.

1930 ൽ നടന്ന ജൂബിലിഹാൾക്കൂട്ടത്തിൽ അയ്യൻകാളി നടത്തിയ സ്വാഗത പ്രസംഗം ചെന്താരശ്ശേരി രേഖപ്പെടുത്തിയിട്ടുണ്ട്:

എനിക്ക് എഴുത്തറിഞ്ഞുകൂടാ. സ്വാഗതം എന്ന വാക്കിന്റെ അർഥം അറിഞ്ഞുകൂടാ. എന്നെ ബുദ്ധിമുട്ടിക്കാനാണ് ഈ സ്വാഗതം പറ യാൻ ചുമതലപ്പെടുത്തിയിരിക്കുന്നത്. ഞാൻ എന്റെ ആളുകൾക്കു വേണ്ടി അനുഭവിച്ചതിൽക്കൂടുതൽ വിഷമം ഇക്കാര്യത്തിലില്ല. സ്വാഗതം പറയുന്നതിനു മുമ്പ് ഒരു കാര്യം ദിവാൻജിയെയും പ്രസം ഗിക്കാൻ വന്ന വലിയ ഉദ്യോഗസ്ഥന്മാരെയും അറിയിച്ചുകൊള്ളട്ടെ. ഈ കെട്ടിടത്തിൽ നിറയെ ഇരിക്കുന്ന ആണുങ്ങളും പെണ്ണുങ്ങളും വന്നിരിക്കുന്നത് ദിവാൻജിയെ കാണാനാണ്. കൂടാതെ നല്ല ആളു കളെയും. ആളുകൾ നോക്കുന്നത്. അതായത് മീറ്റിങ്ങിൽ പങ്കു കൊള്ളുക, ദിവാനെ കാണുക. പ്രസംഗിക്കാനുള്ളവരും ദിവാൻ ജിയും ഒരുമിച്ച് ഇരിക്കുന്നതുകൊണ്ട് ആരാണ് ദിവാൻജി എന്നറി യാൻപാടില്ലാത്തവരാണ് എന്റെ ആളുകൾ. നടുക്കിരിക്കുന്ന ആളാ ണെന്ന് ഞാൻ ചൂണ്ടിക്കാണിക്കാം. ഇനിയും സ്വാഗതം പറയുന്നത് ദിവാൻജിക്കാണ്. .... (അയ്യൻകാളി, ടി എച്ച് പി ചെന്താരശ്ശേരി, പ്രഭാത് ബുക്ക് ഹൗസ്)

അയ്യൻകാളിയുടെ ഈ വാക്കുകൾ തന്റെ സമൂഹത്തിന്റെ അവസ്ഥ യെക്കുറിച്ച് അധികാരി വർഗത്തിന്റെ ശ്രദ്ധക്ഷണിക്കലായിരുന്നു. അധി കാരം മേലേത്തട്ടിൽ മാത്രം നിലനിൽക്കുന്ന ഒന്നാണെന്ന പരോക്ഷമായ സൂചന ഈ വാക്കുകളിൽ കാണാം.

11

സാധുജനപരിപാലനസംഘവും അയ്യൻകാളിയും

ശ്രീനാരായണ ധർമപരിപാലനസംഘംപോലെ പ്രവർത്തിച്ചിരുന്ന സംഘടനയായിരുന്നു സാധുജനപരിപാലനസംഘം. അയ്യൻകാളിയായി രുന്നു സംഘടനയുടെ അനിഷേധ്യനേതാവ്. അന്നത്തെ തിരുവിതാംകൂ റിന്റെ എല്ലാഭാഗങ്ങളിലും സാധുജനപരിപാലനസംഘത്തിന് ശാഖകൾ ഉണ്ടായിരുന്നു. ശാഖകളുടെ പ്രവർത്തനങ്ങൾ നിയന്ത്രിക്കുന്നതിനായി പ്രസിഡന്റ്, സെക്രട്ടറി, ഖജാൻജി, ട്രഷറർ, മാനേജർ, കരനാഥന്മാർ എന്നിവരെ തെരഞ്ഞെടുത്തിരുന്നു. ശാഖയുടെ സെക്രട്ടറിയെ കണക്കൻ എന്നാണ് വിളിച്ചിരുന്നത്.

സാധുജനപരിപാലനസംഘത്തിന്റെ പ്രധാനപ്രവർത്തകരായിരുന്നു മാനേജരന്മാർ. അയ്യൻകാളിയുടെ പ്രക്ഷോഭസമരങ്ങളുടെ മുന്നണിപ്പോ രാളികളായിരുന്നു ഇവർ. ധീരതയും ഇച്ഛാശക്തിയും കൈമുതലായവർക്കു മാത്രമേ മാനേജരാവാൻ കഴിയുകയുള്ളൂ. ചാവേർ സംഘങ്ങളുടെ ധീര തയും സാഹസികതയും ഇവർ പ്രകടിപ്പിച്ചിരുന്നു. ആദ്യകാല മാനേജർമാ രിൽ പ്രധാനപ്പെട്ടവരായിരുന്നു, മാതുമാനേജർ, പാച്ചൻമാനേജർ, പപ്പു മാനേജർ, നാരായണൻ മാനേജർ, അയ്യപ്പൻ മാനേജർ, വെള്ളംകൊള്ളി മാനേജർ, ചിന്നൻ മാനേജർ, കുഞ്ഞൻമാനേജർ, പരമു മാനേജർ, കാളി മാനേജർ, ചെല്ലപ്പൻ മാനേജർ, പുത്തൻകാനം മാനേജർ, രാമൻ മാനേ ജർ എന്നിവർ.

സാധുജനപരിപാലനസംഘത്തിന്റെ ജനറൽ സെക്രട്ടറി അയ്യൻ കാളിയായിരുന്നു. സംഘംപ്രവർത്തനം ഊർജിതമാക്കുന്നതിനായി അദ്ദേഹം തിരുവിതാംകൂറിന്റെ നാനാദിക്കുകളിലും സഞ്ചരിക്കുക പതി വായിരുന്നു. തിരുവല്ല, ചങ്ങനാശ്ശേരി, കോട്ടയം തുടങ്ങിയ മേഖലകളിൽ 1913 മുതൽ 1931 വരെയുള്ള കാലഘട്ടത്തിൽ സംഘം പ്രവർത്തനങ്ങൾ

ഊർജിതമായിരുന്നു. ചങ്ങനാശ്ശേരിയിൽ അയ്യൻകാളിയുടെ പ്രവർത്ത നങ്ങൾക്കൊപ്പം സജീവമായി നിലനിന്നത് ചെമ്പുന്തറക്കാളിചോതിക്ക റുപ്പൻ, കട്ടത്തറപാപ്പൻ, മേച്ചേരിത്തറപാപ്പൻ, പ്ലാന്തറപാപ്പൻ, പെരുന്നമ ലമൈലൻ, മാന്തരകുട്ടി, പി വാസുദേവൻ, വി എം പരമേശ്വരൻ, പാലപ്പ റമ്പിൽ പാപ്പൻ, വല്യതരപാപ്പൻ എന്നിവരായിരുന്നു. കോട്ടയത്ത് ടി സി കുട്ടൻ, വെള്ളിക്കര ചോതി, കൊമ്പാടി അണിഞ്ചൻ, തലക്കേരി കണ്ടൻ കാളി എന്നിവരും ആറന്മുളയിൽ കുറുമ്പൻദൈവത്താനും കൊല്ലത്ത് ഗോപാലദാസനും അയ്യൻകാളിയുടെ പ്രവർത്തനങ്ങൾക്ക് ശക്തിയും തുണയുമായി നിലകൊണ്ടു. (*അയ്യൻകാളി, ടി എച്ച് പി ചെന്താരശ്ശേരി, പ്രഭാത് ബുക്ക് ഹൗസ്*)

സാധുജനപരിപാലിനി മാസിക

സാധുജനപരിപാലനസംഘത്തിന്റെ മുഖപത്രമെന്നനിലയ്ക്ക് ഒരു പത്രം പുറത്തിറക്കേണ്ടത് അനിവാര്യമാണെന്ന ചിന്ത അയ്യൻകാളിയിൽ അങ്കുരിച്ചു. അത് സംഘടനയുടെ പ്രവർത്തനങ്ങളെ കൂടുതൽ കാര്യ ക്ഷമമാക്കാൻ സഹായകമാവുമെന്ന് അദ്ദേഹം മനസിലാക്കി. *സാധുജന പരിപാലിനി* എന്ന പ്രസിദ്ധീകരണം തുടങ്ങുന്നത് അങ്ങനെയാണ്. മാധ്യ മങ്ങൾ സമൂഹത്തെ ആഴത്തിൽ സ്വാധീനിക്കുമെന്ന തിരിച്ചറിവ് അദ്ദേ ഹത്തിനുണ്ടായിരുന്നു. തൃക്കൊടിത്താനം കാളി ചോതിക്കറുപ്പന്റെ പത്രാ ധിപത്യത്തിലാണ് മാസിക പ്രസിദ്ധീകരിച്ചത്. ചങ്ങനാശ്ശേരി സുദർശൻ പ്രസിലാണ് സാധുജനപരിപാലിനി അച്ചടിച്ചിരുന്നത്.

അക്ഷരാഭ്യാസം നിഷേധിക്കപ്പെട്ട ഒരു ജനതയും അവരുടെ നേതാവും സ്വന്തമായി ഒരു പ്രസിദ്ധീകരണം ആരംഭിക്കുക എന്നത് സാംസ്കാരികവിപ്ലവത്തിന്റെ പുതിയ മാതൃകയായിരുന്നു. *സാധുജനപരി പാലിനിയുടെ* താളുകൾ ഈ ചരിത്രഘട്ടങ്ങളെയാണ് അടയാളപ്പെടുത്തു ന്നത്. കേരളത്തിന്റെ അക്ഷരവെളിച്ചങ്ങളിൽ ഏറ്റവും ദീപ്തി വിതറിയ പത്രം ആ അർഥത്തിൽ സാധുജനപരിപാലിനിയാണെന്ന് ഇന്ന് തിരിച്ച റിയാൻകഴിയും. കാരണം അക്ഷരം വിലക്കപ്പെട്ടവരുടെ സ്വപ്നങ്ങളും പ്രയോഗങ്ങളുമാണ് ആ പത്രത്തിൽ അച്ചടിമഷി പുരണ്ടത്.

12

വൈക്കം, ഗുരുവായൂർ സത്യഗ്രഹങ്ങൾ

നവോത്ഥാനകേരളത്തിന്റെ ചരിത്രത്തിലെ പ്രധാനപ്പെട്ട അധ്യായ മായിരുന്നു വൈക്കം ഗുരുവായൂർ സത്യഗ്രഹങ്ങൾ. അയ്യൻകാളി അട ക്കമുള്ള നവോത്ഥാന നായകർ നടത്തിയ ധീരസമരങ്ങളുടെ സ്മരണ കൾ ഈ പ്രക്ഷോഭങ്ങളിൽ ഇരമ്പുന്നുണ്ടായിരുന്നു. കാരണം ഇതിനു മുമ്പുതന്നെ പൊതുനിരത്തിൽ അയ്യൻകാളിയുടെ വില്ലുവണ്ടി ചക്രങ്ങൾ ഉരുണ്ടുകഴിഞ്ഞിരുന്നു. സ്വാതന്ത്ര്യത്തിനും മനുഷ്യാവകാശങ്ങൾക്കും വേണ്ടിയുള്ള ഏതു സമരങ്ങളും വ്യത്യസ്ത സന്ദർഭങ്ങളിൽപ്പോലും ചില തുടർച്ചകളാവാറുണ്ട്. അതുപോലെതന്നെ വ്യത്യസ്തകാലങ്ങളിലും വ്യത്യസ്ത ദേശങ്ങളിലും സാമ്യങ്ങളും പങ്കുവയ്ക്കാറുണ്ട്. അത്തരമൊരു ചരിത്ര സന്ദർഭത്തെയാണ് ഈ സത്യഗ്രഹവും ഓർമിപ്പിക്കുന്നത്.

1924 നാണ് വൈക്കം സത്യഗ്രഹം ആരംഭിക്കുന്നത്. ജാതിവിരുദ്ധ, അയിത്തവിരുദ്ധസമരമെന്നനിലയിൽ പുരോഗമന കേരളത്തിന്റെ രൂപീക രണത്തിൽ വൈക്കം സത്യഗ്രഹം ചെറുതല്ലാത്ത പങ്കു വഹിച്ചതായി വിലയിരുത്തപ്പെടുന്നുണ്ട്. സി വി കുഞ്ഞുരാമൻ, ടി കെ മാധവൻ, ആലുംമൂട്ടിൽ ചാന്നാർ, മന്നത്ത് പത്മനാഭൻ, കെ പി കേശവമേനോൻ, കെ കേളപ്പൻ, കുറൂർ നീലകണ്ഠൻ നമ്പൂതിരിപ്പാട് തുടങ്ങി രാഷ്ട്രീയ- സാമുദായിക നേതാക്കളാണ് ഈ സമരത്തിന് നേതൃത്വം നൽകിയത്. കെ പി കേശവമേനോൻ തന്റെ *കഴിഞ്ഞകാലം* എന്ന പുസ്തകത്തിൽ എഴുതുന്നു:

കുഞ്ഞപ്പി എന്ന ഒരു പുലയനും ബാഹുലേയൻ എന്ന ഒരു ഈഴ വനും ഗോവിന്ദപ്പണിക്കർ എന്ന നായരും (സത്യഗ്രഹികൾ) രാവിലെ കുളി കഴിഞ്ഞ് ക്ഷേത്രറോഡിലൂടെ നടന്നു. അയിത്ത ജാതിക്കാർ ഇതി നപ്പുറം പ്രവേശിക്കാൻ പാടില്ല എന്നെഴുതിയ ബോർഡ് ക്ഷേത്രത്തിന്

ജയിൽ മോചിതരായ വൈക്കം സത്യാഗ്രഹികൾക്ക് നൽകിയ
സ്വീകരണത്തിൽ എടുത്ത ചിത്രം

നൂറു വാര അകലെയായി റോഡിൽ നാട്ടിയിരുന്നു. സത്യഗ്രഹികൾ മൂന്നു
പേരും ബോർഡിന്റെ സമീപമെത്തി. നിങ്ങൾ ഓരോരുത്തരുടെയും ജാതി
എന്താണ്? പൊലീസ് ഉദ്യോഗസ്ഥൻ ചോദിച്ചു. ഞാൻ പുലയനാണ്,
ഞാൻ ഈഴവനാണ്, ഞാൻ നായരാണ് – അവർ ഓരോരുത്തരായി സമാ
ധാനം പറഞ്ഞു. നായർക്ക് കടന്നുപോകാം, മറ്റു രണ്ട് പേർ കടന്നുപോ
കാൻ പാടില്ല. ജില്ലാ മജിസ്ട്രേറ്റും പൊലീസ് അധികാരികളും കൂടിയാലോ
ചനകൾ നടത്തി സത്യഗ്രഹികളെ അറസ്റ്റ് ചെയ്യാൻ കൽപ്പനകൊടുത്തു.

കേരളത്തിന്റെ നവോത്ഥാന ചരിത്രത്തിൽ ഈ സമരത്തിന് നിര
വധി മാനങ്ങളുണ്ട്. ജാതി വിരുദ്ധ, അയിത്തവിരുദ്ധ സമരമായി വികസിച്ചു
വന്ന ഈ സമരത്തിൽ സാമുദായികമായ ഐക്യം പ്രത്യേകം ശ്രദ്ധയർ
ഹിക്കുന്നു. ജാതിയും അതിന്റെ പ്രയോഗങ്ങളുമായ അയിത്തത്തെയും
ഒരു സാമൂഹ്യതിന്മയായാണ് അന്നത്തെ എല്ലാ നേതാക്കളും കണ്ടിരു
ന്നത് എന്നാണ് ഇതിൽ നിന്ന് മനസിലാക്കേണ്ടത്. ജാതിയുടെ പേരിൽ
അടിച്ചമർത്തപ്പെട്ട ദലിതരുടെയും കീഴാളരുടെയും പ്രശ്നമായല്ല, സമൂ
ഹത്തിന്റെ മൊത്തം പ്രശ്നമായി ജാതി വ്യവസ്ഥയെയും അയിത്താചാ
രങ്ങളെയും കാണുകയായിരുന്നു, അന്നത്തെ പുരോഗമനകാരികളായ
നേതാക്കന്മാർ. ഇരുപതുമാസക്കാലം നീണ്ടുനിന്ന ഈ ഐതിഹാസിക
സമരം കേരളക്കരയ്ക്കു പുറത്തും വലിയ ചലനങ്ങൾ സൃഷ്ടിച്ചു.
ഗാന്ധിജി ഈ സമരമുഖത്തേക്ക് ഓടിയെത്തി. തമിഴ്നാട്ടിൽ നിന്ന് നവോ

പെരിയോർ ഇ വി രാമസ്വാമി

ത്ഥാന നായകനായ പെരിയോർ ഇ വി രാമസ്വാമി സത്യഗ്രഹ ത്തിൽ പങ്കെടുക്കുകയുണ്ടായത് ആവേശകരമായ ഒരനുഭവമായിരു ന്നു. അതുപോലെതന്നെ ശ്രീ നാരായണഗുരു സത്യഗ്രഹപന്ത ലിൽ എത്തുകയും സമരത്തോട് ഐക്യദാർഢ്യം പ്രകടിപ്പിക്കു കയും ചെയ്തു.

1931ന് ആരംഭിച്ച് പത്തുമാസം നീണ്ടുനിന്ന ഗുരുവായൂർ സത്യ ഗ്രഹം എന്ന ഐതിഹാസിക സമരം വൈക്കം സത്യഗ്രഹം പോലെ കേരള നവോത്ഥാന ത്തിലെ പ്രധാനപ്പെട്ടൊരു അധ്യാ യമാണ്. കെ കേളപ്പനെപ്പോലെ തന്നെ ഗുരുവായൂർ സത്യഗ്രഹത്തിന് ധീരനേതൃത്വമായി നിന്നത് എ കെ ജി യായിരുന്നു. അവർണജനതയുടെ ക്ഷേത്രപ്രവേശനം എന്ന അവ കാശത്തിനുവേണ്ടിയായിരുന്നു ഈ സമരം. ഗുരുവായൂർ ക്ഷേത്ര നട യിൽ നടന്ന ഈ സമരത്തിൽ സത്യഗ്രഹികളുടെ നേതാവ് കേളപ്പനാ യിരുന്നു. എ കെ ജി സന്നദ്ധഭടന്മാരുടെ ക്യാപ്റ്റനായി പ്രവർത്തിച്ചു. സത്യഗ്രഹത്തിന്റെ പ്രധാനപ്പെട്ട മറ്റൊരു നേതാവ് സഖാവ് കൃഷ്ണപി ള്ളയായിരുന്നു.

ഇത്തരം സമരങ്ങളിലൂടെ ഉരുകിത്തിളങ്ങി വന്നതാണ് കേരളം. അതിൽ ശ്രീനാരായണഗുരുവിനെപ്പോലെ പ്രധാന പങ്ക് വഹിച്ച മഹദ് വ്യക്തിയായിരുന്നു അയ്യൻകാളി. അദ്ദേഹത്തിന്റെ പ്രവർത്തനങ്ങൾ കേര ളത്തിന്റെ ജനാധിപത്യവൽക്കരണത്തെയും സാമൂഹിക പരിഷ്കരണ വികാസങ്ങളെയും ത്വരിതപ്പെടുത്തി.

13

അയ്യൻകാളിയും ഗാന്ധിജിയും

ആയിരത്തി തൊള്ളായിരത്തി മുപ്പത്തി ഏഴിലാണ് ഗാന്ധിജി വെങ്ങാനൂർ വന്ന് അയ്യൻകാളിയെ സന്ദർശിക്കുന്നത്. അധഃസ്ഥിതരുടെ വിമോചനത്തിനായി നിരന്തരപോരാട്ടങ്ങൾ തുറന്നു വിട്ട അയ്യൻകാളി യെക്കുറിച്ച് ഗാന്ധി ഇതിനുമുമ്പേ അറിഞ്ഞിരുന്നു. ഗാന്ധിയിൽ നിന്നും വ്യത്യസ്തമായ വഴികളിലൂടെയാണ് അയ്യൻകാളി സഞ്ചരിച്ചത്. ഗാന്ധി യുടെ ചിന്തകൾ ഇന്ത്യയിൽ പുതിയ തരത്തിലുള്ള ദേശീയബോധ ത്തിനും കാഴ്ചപ്പാടിനും വിത്തുപാകിയെങ്കിലും അടിച്ചമർത്തപ്പെടുന്ന ദളിതർക്കോ കീഴാളജനതകൾക്കോ കർഷക തൊഴിലാളിവിഭാഗ ങ്ങൾക്കോ അടിസ്ഥാനപരമായ വിമോചനത്തിന്റെ സ്വപ്നം സൂക്ഷിക്കാൻ ഗാന്ധിയൻ ചിന്തകൾ പര്യാപ്തമായിരുന്നില്ല. അംബേദ്കറിനെപ്പോലുള്ള വർ പിന്നീട് ഇത് തിരിച്ചറിഞ്ഞിട്ടുണ്ട്.

ക്ഷേത്രപ്രവേശന വിളംബരത്തെ പ്രശംസിച്ചുകൊണ്ട് ഗാന്ധിജി നാടുമുഴുവൻ ചുറ്റി സഞ്ചരിക്കുന്ന സന്ദർഭത്തിലാണ് അദ്ദേഹം അയ്യൻ കാളിയെ സന്ദർശിക്കുന്നത്. അയ്യൻകാളിയും ഗാന്ധിജിയും തമ്മിലുള്ള സന്ദർശനത്തെക്കുറിച്ച് ചെന്താരശ്ശേരി ഇങ്ങനെ വിവരിക്കുന്നു:

ഗാന്ധിജി കുശലപ്രശനങ്ങൾ ആരംഭിച്ചു. അയ്യൻകാളിയുടെ പ്രവർ ത്തനത്തെപ്പറ്റി ഞാൻ വിശദമായി അറിഞ്ഞിരിക്കുന്നു. പ്രവർത്ത നങ്ങളെല്ലാം കൊള്ളാം. ഞാനും താങ്കളുടെ സമപ്രായക്കാരനാണ്. നമ്മൾ രണ്ടുപേരും സ്വാതന്ത്ര്യം നേടുന്നതിനുവേണ്ടി പ്രവർത്തി ക്കുന്നു. പ്രവർത്തനം തുടർന്ന് നടത്തുക.

സൗഹാർദപുരസ്സരം ഗാന്ധിജി എന്തെല്ലാമോ പറയുന്നുവെന്നു മാത്രമേ ആദ്യം അയ്യൻകാളിക്കു ധരിക്കാൻ കഴിഞ്ഞുള്ളൂ. ദ്വിഭാഷി

അത് മലയാളത്തിലേക്കുപരിഭാഷപ്പെടുത്തിയപ്പോഴാണ് അയ്യൻ കാളി വികാരവിവശനയായത്.

തന്റെ ജനങ്ങളുടെ ഇടയിൽനിന്ന് പത്തു ബി എക്കാരെയെങ്കിലും കണ്ടിട്ടുമരിക്കണമെന്ന് അയ്യൻകാളി ഗാന്ധിജിയോട് പറഞ്ഞു. അയ്യൻകാളിയുടെ പ്രശസ്തമായ ഈ വാചകം അടിസ്ഥാനജന തയുടെ വിദ്യാഭ്യാസത്തിനുവേണ്ടിയുള്ള പിൽക്കാല പ്രവർത്തന ങ്ങൾക്ക് ഊർജമായിത്തീരുകയുണ്ടായി.

സ്വന്തം ജനതയെന്നാൽ അയ്യൻകാളിക്ക് ഏതെങ്കിലും പ്രത്യേക ജാതിയായിരുന്നില്ല എന്നു മനസിലാക്കേണ്ടതുണ്ട്. സാമൂഹികമായി അടി ച്ചമർത്തപ്പെടുന്ന എല്ലാ ജനതയും അദ്ദേഹത്തിന് സ്വന്തം ജനതയായി രുന്നു. ദേശീയ സമരം ശക്തിപ്പെട്ടുവരുന്ന കാലത്ത് അയ്യൻകാളി അത്തരം പ്രക്ഷോഭങ്ങളിൽ സജീവമായി പങ്കുകൊണ്ടിട്ടില്ല. സ്വാതന്ത്ര്യ ത്തിന്റെ കേവലാർഥങ്ങൾക്കുമപ്പുറം നൂറ്റാണ്ടുകളായി അസ്വാതന്ത്ര്യ ത്തിന്റെ നുകങ്ങൾക്കുകീഴിൽ കഴിയാൻ വിധിക്കപ്പെട്ട ഒരു ജനതയുടെ സ്വാതന്ത്ര്യ സ്വപ്നങ്ങൾക്കാണ് അയ്യൻകാളി പ്രാധാന്യം കൊടുത്തത്. സവർണമേധാവിത്വത്തിന്റെ പിന്നാമ്പുറങ്ങളിൽനിന്ന് യാചിച്ചുനേടേണ്ട ഒന്നല്ല ദളിതുകളുടെ സ്വാതന്ത്ര്യമെന്ന് അദ്ദേഹം മനസിലാക്കി. സ്വാത ന്ത്ര്യം മുകളിൽനിന്ന് ഇറക്കിക്കൊടുക്കുകയും അത് സവിനയം ഏറ്റുവാ ങ്ങേണ്ടവരുമാണ് അധഃസ്ഥിതർ എന്നൊരു ചിന്താഗതി അന്നത്തെ ഗാന്ധി യന്മാരിലുണ്ടായിരുന്നു. അതുകൊണ്ടാവാം അയ്യൻകാളി അത്തരം നേതൃ ത്വപരിസരങ്ങളിൽനിന്ന് അകന്നു നിന്നത്. ചെന്താരശ്ശേരി ഈ വിഷയത്തെ സംബന്ധിച്ച് ഇങ്ങനെ നിരീക്ഷിക്കുന്നു:

സവർണഭൂപ്രഭുത്വത്തിനെതിരായി, ജാതി മേധാവിത്വത്തിനെതി രായി, മർദനത്തിനും ചൂഷണത്തിനുമെതിരായി പോരാടേണ്ടതായ പ്രാഥമിക ചുമതല നിലവിലുള്ളപ്പോൾ അവയെ കൈവിട്ട് മറ്റെ ന്തിനെങ്കിലുമെതിരായി പോരാടേണ്ടതായ ചുറ്റുപാടല്ല അന്ന് അയിത്ത വർഗക്കാരെ സംബന്ധിച്ചിടത്തോളം നിലവിലിരുന്നത്. അന്ന് അവരുടെ വർഗശത്രുവായി അവരുടെമുന്നിൽ നിലനിന്നി രുന്നത് ജാതി മേധാവിത്വമായിരുന്നു, അക്ഷരാഭ്യാസം നൽകാൻ സന്മനസുകാണിക്കാത്ത കൂട്ടരായിരുന്നു, വഴിനടക്കാൻ സ്വാത ന്ത്ര്യം നൽകാത്ത സനാതനികളായിരുന്നു,. ദേശീയ ജാതി മേധാ വിത്വത്തിൽ നിന്ന് സ്വാതന്ത്ര്യം നേടിയിട്ടല്ലേ മറ്റൊരു സ്വാതന്ത്ര്യ ത്തിനുവേണ്ടി പൊരുതാനാകൂ.

അയ്യൻകാളിയെപ്പോലെത്തന്നെ ഇന്ത്യയിലെ നവോത്ഥാനനായകർ ആഭ്യന്തരകൊളോണിയലിസമായ ബ്രാഹ്മണിക്കൽ ഹിന്ദുത്വത്തിനെതി രെയുള്ള പോരാട്ടങ്ങൾക്കാണ് പ്രാധാന്യം കൊടുത്തതെന്ന് കാണാം. ജന്മിത്വവും കൊളോണിയൽവാഴ്ചയും സന്ധിചെയ്യുകയും ചൂഷണ

*ഗവൺമെന്റ് പുറത്തിറക്കിയ
അയ്യൻകാളിയുടെ ചിത്രമുള്ള സ്റ്റാമ്പ്*

ത്തിന്റെ ഇരട്ടമുഖങ്ങളെ ഇന്ത്യ
യിലെ അടിത്തട്ടുജനത അഭിമു
ഖീകരിക്കുകയും ചെയ്ത ഘട്ട
ങ്ങളിൽ ഈ രണ്ടു ചൂഷണ
ശക്തികൾക്കു നേരെയുള്ള
പ്രതിരോധ സമരങ്ങൾ ഇന്ത്യ
യിൽ/ കേരളത്തിൽ ശക്തിപ്പെ
ട്ടുവന്നു. കേരളത്തിലെ കമ്യൂ
ണിസ്റ്റുപ്രസ്ഥാനവും കർഷക
പ്രസ്ഥാനവും മറ്റും അതിൽ
ചെറുതല്ലാത്ത പങ്കു വഹിച്ചു.
അയ്യൻകാളി മുന്നോട്ടു
വച്ച കാഴ്ചപ്പാടുകൾ നവോത്ഥാനത്തിന്റെ പ്രയോഗ മാതൃകകളായിരു
ന്നു. അത് സാംസ്കാരികതയെ പ്രയോഗവൽക്കരിക്കുകയായിരുന്നു.

14

അയ്യൻകാളിയും
വെള്ളിക്കരചോതിയും

ശ്രീനാരായണഗുരുവും കുമാരനാശാനും തമ്മിലുള്ള ആത്മബന്ധ ത്തിന്റെ സാദൃശ്യങ്ങളായിരുന്നു അയ്യൻകാളിയും വെള്ളിക്കരചോതിയും തമ്മിലുണ്ടായിരുന്നത്. ചോതി തന്റെ പ്രവർത്തനങ്ങൾ ആരംഭിക്കുന്നത് സി എം എസ് മിഷനറി സംഘവുമായി ബന്ധപ്പെട്ടായിരുന്നു. സി എം എസ് സഭയിലെ പ്രശസ്തനായ സുവിശേഷപ്രവർത്തകനായിരുന്നു അദ്ദേഹം. സുവിശേഷ വേലയുടെ കാലത്ത് അദ്ദേഹത്തിന്റെ പേര് മത്തായി ആശാൻ എന്നായിരുന്നു.

ക്രിസ്ത്യൻ മിഷനറിപ്രവർത്തനങ്ങൾ പോലും ജാതി വ്യവസ്ഥയുടെ പൊതുമണ്ഡലത്തിനപ്പുറം പലപ്പോഴും വികസിക്കാതെ പോകുന്നത് മത്തായി ആശാൻ മനസിലാക്കി. സവർണത ക്രിസ്ത്യാനിറ്റിയിലും നില നിൽക്കുന്നതിന്റെ അനുഭവപാഠങ്ങളാണ് അദ്ദേഹത്തെ അയ്യൻകാളിയി ലേക്ക് അടുപ്പിച്ചത്. മികച്ചസംഘാടകനായിരുന്ന ചോതി എന്ന മത്തായി ആശാൻ തന്റെ പ്രവർത്തനങ്ങൾക്ക് ഊർജം പകരുമെന്ന് അയ്യൻകാളി മനസിലാക്കി.

സാധുജനപരിപാലനസംഘം അക്കാലത്ത് തെക്കൻതിരുവിതാംകൂ റിൽ നിന്ന് മധ്യതിരുവിതാംകൂറിലേക്കുകൂടി വ്യാപിക്കുന്നതിന് വെള്ളി ക്കര ചോതി നിർണായക പങ്കു വഹിച്ചു. അദ്ദേഹത്തിന്റെ പ്രവർത്തന ങ്ങൾ മധ്യതിരുവിതാംകൂറിലെ അധഃസ്ഥിത ജനതയ്ക്ക് അയ്യൻകാളിയെ കൂടുതലറിയാനും അദ്ദേഹത്തെ തങ്ങളുടെ നേതാവായി അംഗീകരി ക്കാനും ഇടയാക്കി.

പ്രജാസഭയിലേക്ക് വെള്ളിക്കര ചോതിയെക്കൂടി നോമിനേറ്റുചെയ്യി പ്പിക്കാനുള്ള ഇടപെടലുകൾ അയ്യൻകാളി നടത്തുകയുണ്ടായി. ജാതി യുടെയും മതത്തിന്റെയും പേരിലായിരുന്നല്ലോ പ്രജാസഭാംഗത്വം നിർ

ണയിക്കപ്പെട്ടിരുന്നത്. അതുകൊണ്ടുതന്നെ മത്തായി ആശാൻ എന്ന പേരിലറിയപ്പെട്ടിരുന്ന ചോതിക്ക് പ്രജാസഭാംഗത്വം ലഭിക്കുന്നതിന് സാങ്കേതികമായ തടസങ്ങളുണ്ടായിരുന്നു. അതുകൊണ്ടാണ് വെള്ളിക്കര ചോതി എന്നപേർ അദ്ദേഹം സ്വീകരിക്കുന്നത്. അങ്ങനെ ഈ പേർ സ്വീകരിച്ചു കൊണ്ട് അദ്ദേഹം പ്രജാസഭയിൽ അംഗമായിത്തീർന്നു.

ശ്രീമൂലംപ്രജാസഭാ പ്രതിനിധി എന്ന നിലയിൽ അദ്ദേഹത്തിന് നല്ല സ്വീകരണമാണ് സ്വന്തം ദേശത്ത് ലഭിച്ചത്. ക്രൈസ്തവരും അല്ലാത്ത വരുമായ അധഃസ്ഥിത ജനത ആവേശപൂർവം വെള്ളിക്കര ചോതിയെ വരവേറ്റു. അദ്ദേഹത്തെ എതിരേറ്റുകൊണ്ടുള്ള ഘോഷയാത്ര ദളിതർക്ക് സഞ്ചാരസ്വാതന്ത്ര്യമില്ലാത്ത വഴികളിലൂടെയും കടന്നു പോയി. അത് സഞ്ചാരസ്വാതന്ത്ര്യത്തിനായുള്ള മധ്യതിരുവിതാംകൂർ ജനതയുടെ സമരത്തിന്റെ ആന്തരിക ധ്വനികൾ ഉൾക്കൊള്ളുന്നതായിരുന്നു.

അയ്യൻകാളി വളർത്തിയെടുത്ത പ്രസ്ഥാനത്തിന്റെ പ്രധാന നേതാവായി വെള്ളിക്കര ചോതി മാറുകയും കേരള നവോത്ഥാനത്തിൽ അദ്ദേഹത്തിന്റെ പേര് ഇടം പിടിക്കുകയും ചെയ്തു.

15

അയ്യൻകാളിയും ആധുനിക കേരളരൂപീകരണവും

കേരളത്തിന്റെ ജനാധിപത്യ പ്രക്രിയ നിരവധി ചരിത്രഘട്ടങ്ങളി ലൂടെ വികസിച്ചുവന്നതാണെന്ന് കാണുവാൻ കഴിയും. അതിൽ നവോ ത്ഥാനഘട്ടത്തിന് നിർണായകമായ പ്രസക്തിയുണ്ട്. നവോത്ഥാനത്തിന്റെ ആശയവും പ്രയോഗവും സ്വാധീനം ചെലുത്തിയ മണ്ണിലാണ് കമ്യൂണിസ്റ്റ് പ്രസ്ഥാനം വളർന്നുവന്നത്. ജാതി–ജന്മിത്വ സാമൂഹ്യക്രമത്തിനെതിരെ യുള്ള കീഴാളജനതയുടെ ധീരമായ കുതറലുകളായിരുന്നു നവോത്ഥാ നപ്രസ്ഥാനമായി വികസിച്ചത്. സവർണകേന്ദ്രിതമായ മൂല്യവ്യവസ്ഥ കൾക്കു ബദലായ മൂല്യവ്യവസ്ഥയെ അത് പുനഃസൃഷ്ടിച്ചു. അത് ഭൗതി കമായ തലത്തിൽ മാത്രമല്ല ആത്മീയമായ തലത്തിലും ബദൽ മാതൃക കളുണ്ടാക്കി. ജാതിയുടെ മതിൽക്കെട്ടുകളെ ദുർബലപ്പെടുത്തുന്നവിധ മുള്ള ആശയങ്ങളുടെയും പ്രയോഗങ്ങളുടെയും മാതൃകകൾ സൃഷ്ടിച്ചു കൊണ്ടാണ് നവോത്ഥാനം സമൂഹത്തിൽ നിരന്തരം ഇടപെട്ടുകൊണ്ടി രുന്നത്. ശ്രീനാരായണഗുരു, അയ്യൻകാളി, പൊയ്കയിൽ യോഹന്നാൻ, ചട്ടമ്പിസ്വാമികൾ, വൈകുണ്ഠസ്വാമികൾ തുടങ്ങി നിരവധി പേരുടെ നവോത്ഥാന പരിശ്രമങ്ങളാണ് ആധുനിക കേരളരൂപീകരണത്തിലേ ക്കുള്ള വളർച്ചയെ ത്വരിതപ്പെടുത്തിയത്. കമ്യൂണിസ്റ്റ് പ്രസ്ഥാനത്തിന്റെ വഴികളെ ഒരർഥത്തിൽ സുഗമമാക്കുവാനും ആധുനികവും ജനാധിപത്യ പരവുമായ ഒരു കേരളത്തിന്റെ രൂപീകരണത്തിനും വളർച്ചയ്ക്കും നവേ ത്ഥാനം സഹായകമായിത്തീരുകയായിരുന്നു എന്നർഥം.

ഇത്തരം ചരിത്രവഴികളിൽ വ്യക്തികൾക്കുള്ള പങ്ക് വിസ്മരിച്ചുകൊ ണ്ടുള്ള വിലയിരുത്തലുകൾ പലപ്പോഴും അസാധ്യമാകും. വ്യക്തികളും ചരിത്രവും തമ്മിലുള്ള ബന്ധം വൈരുധ്യാധിഷ്ഠിതമാണെന്നുകാണാം. പി ഗോവിന്ദപ്പിള്ള എഴുതുന്നു:

ചരിത്രത്തിന്റെ ചാലകശക്തിയായി വർത്തിക്കുന്ന മഹാന്മാരും മഹ
തികളും ചരിത്രത്തിന്റെ ഈ വികാസനിയമങ്ങൾ എല്ലാം ഹൃദി
സ്ഥമാക്കി ബോധപൂർവം പ്രവർത്തിച്ചിരുന്നു എന്നല്ല, ചിലർ
പ്രകൃതം കൊണ്ടും ഉൾക്കാഴ്ചകൊണ്ടും ഈ ഗതിയെ നയിക്കാൻ
ഉതകുന്ന വിധം പ്രവർത്തിച്ചിരുന്നു എന്നാണ്. അങ്ങനെ അബോധ
പൂർവമായും ചരിത്രത്തിന്റെ ചാലകശക്തിയാകാൻ ചിലർക്ക് കഴി
യുന്നു. (*കേരളനവോത്ഥാനം യുഗസന്തതികൾ, യുഗശിൽപ്പികൾ*)

അയ്യൻകാളിയുടെ സാധുജനപരിപാലനസംഘം യഥാർഥത്തിൽ
വിമോചനത്തിന്റെയും മതനിരപേക്ഷതയുടെയും ജനാധിപത്യപ്രയോഗ
ങ്ങളിലൂടെ ഭാവിയെ സ്വാധീനിക്കാൻ കഴിയുന്നൊരു പ്രസ്ഥാനമായിരു
ന്നെങ്കിലും ഏത് ആശയമണ്ഡലത്തിനെതിരെയാണോ പോരാടിയത്
അതേ ആശയമണ്ഡലം തന്നെ ആ പ്രസ്ഥാനത്തെ തിരിഞ്ഞുകൊത്തുക
യായിരുന്നു. അതിന് പ്രേരകമായവിധത്തിൽ സവർണ അധികാര മണ്ഡ
ലവും പ്രവർത്തിച്ചു. കെ കെ എസ് ദാസ് എഴുതുന്നു:

സാധുജനപരിപാലനസംഘം രൂപം കൊണ്ടതിനുശേഷം സാധു
ജനമുന്നേറ്റത്തെ ജാതീയമായി വിഘടിപ്പിക്കുവാൻ പ്രജാസഭയിൽ
ഉപജാതി പ്രാതിനിധ്യം അനുവദിക്കപ്പെട്ടു. 1916 ൽ അയനവർ മഹാ
സഭരൂപീകരിക്കപ്പെട്ടു. 1919 ൽ ചേരമർ മഹാസഭയും സാമ്പവർ
മഹാസഭയും രൂപീകരിക്കപ്പെട്ടു. ഉപജാതി സംഘടനകളും ഉപ
ജാതി സംഘടനാപ്രാതിനിധ്യവും സാധുജനമുന്നേറ്റത്തിന്റെ ജന
കീയത കുറച്ചു. (*അയ്യൻകാളി കേരള ചരിത്രത്തിൽ*)

മതനിരപേക്ഷതയുടെ നിരവധി അനുഭവങ്ങൾ അയ്യൻകാളിയുടെ
പ്രവർത്തനങ്ങളിൽ കണ്ടെത്താൻകഴിയും. വെള്ളിക്കരമത്തായിയെ
വെള്ളിക്കര ചോതിയാക്കി (മുൻ അധ്യായത്തിൽ അതിനെക്കുറിച്ച് പ്രതി
പാദിക്കുന്നുണ്ട്) പ്രജാസഭാമെമ്പറാക്കുന്നതിനുള്ള പരിശ്രമങ്ങൾ അയ്യൻ
കാളി നടത്തുന്നത് ഇത്തരമൊരനുഭവത്തെയാണ് സൂചിപ്പിക്കുന്നത്. മതം
ജാതി തുടങ്ങിയ സങ്കുചിതവിചാരങ്ങൾക്കപ്പുറമുള്ള മർദിതജനത എന്ന
സാഹോദര്യത്വം ഇവിടെ ദർശിക്കാം. ഇത് ജനാധിപത്യത്തിന്റെ മൂല്യ
ബോധമായി വികസിക്കുന്നതാണ് പിന്നീടുള്ള കേരള ചരിത്രം. ജനാധി
പത്യത്തിന്റെ ചെറുതല്ലാത്ത ഇത്തരം മൂല്യസങ്കൽപ്പനങ്ങളെ നവോത്ഥാ
നത്തിന്റെ ചരിത്രസന്ദർഭങ്ങളിൽ കണ്ടെത്താനാവുമെന്നാണ് ഇതൊക്കെ
സൂചിപ്പിക്കുന്നത്.

16

ജീവിതത്തിന്റെ അവസാനനാളുകൾ

സ്വജീവിതത്തെ പോരാട്ടമാക്കിയ കേരള നവോത്ഥാനത്തിലെ ഉജ്വല വ്യക്തിത്വമായിരുന്നു അയ്യൻകാളി. ജാതി വ്യവസ്ഥയ്ക്കും നാടു വാഴിത്വത്തിനുമെതിരായ നിരന്തരപോരാട്ടങ്ങളിലൂടെ മർദിതർക്ക് ആത്മാ ഭിമാനവും ആത്മവിശ്വാസവും നല്കിയ നേതാവ്. ഏതെങ്കിലും പ്രത്യ കജാതിയുടെ വക്താവായി അയ്യൻകാളി അവതരിപ്പിക്കപ്പെടുന്നതിൽ ജനാധിപത്യകേരളത്തിൽ വലിയ പ്രസക്തിയുണ്ടെന്ന് തോന്നുന്നില്ല. കാരണം അയ്യൻകാളി സംസാരിച്ചത് സാമൂഹികമായി അടിച്ചമർത്തപ്പെ ടുന്ന ജനതയ്ക്കുവേണ്ടിയാണ്. പ്രജാസഭയിലെ അദ്ദേഹത്തിന്റെ പ്രസം ഗങ്ങളിലെ അന്തർധാര അതായിരുന്നു. ചെന്താരശ്ശേരിയെപ്പോലുള്ള അയ്യൻകാളിയുടെ ജീവചരിത്രകാരന്മാർ ഇത് തിരിച്ചറിഞ്ഞിട്ടുണ്ട്. അദ്ദേഹം എഴുതുന്നു:

> സമുദായത്തെ തന്റെ കുടുംബമായി അദ്ദേഹം കരുതി. വിദ്യാഭ്യാ സരംഗത്ത് പുരോഗതി ഉണ്ടായിത്തുടങ്ങിയപ്പോൾ അവർക്ക് തൊഴി ലുണ്ടാക്കുവാനായിരുന്നു അദ്ദേഹത്തിന്റെ ശ്രമം. അതിനുവേണ്ടി നിവേദനങ്ങളുടെ ഒരു പ്രവാഹം തന്നെയുണ്ടായി. തന്റെ അസംബ്ലി പ്രസംഗങ്ങൾ എല്ലാം തന്നെ നിവേദനങ്ങളായി രൂപാന്തരപ്പെടു ത്തിയിരുന്നു. കുറേപേർക്ക് സർക്കാർ സർവീസിൽ തുക്കടജോലി കൾ കിട്ടിയതുകൊണ്ടായില്ല. ഇംഗ്ലീഷ് വിദ്യാഭ്യാസം സിദ്ധിച്ചവരും മലയാളത്തിൽ താഴ്ന്ന ക്ലാസുപാസായവരുമായ ചിലർക്കാണ് അക്കാലത്ത് സർക്കാർ ഉദ്യോഗം ലഭിച്ചത്. രണ്ടുപേരെ മുനിസിഫ് കോടതിയിലെ പകർത്തിയെഴുത്തുകാരായിട്ടും നാലുപേരെ അധ്യാ പകരായിട്ടും ഒരാളിനെ രജിസ്റ്റർ കച്ചേരിയിലെ ഗുമസ്തനായിട്ടും

മറ്റൊരാളെ കോളെജ് ലൈബ്രറിയിലെ അറ്റൻററായിട്ടുമാണ് നിയ
മിച്ചത്.

ഇതിലും ഒരു പ്രത്യേകത ദൃശ്യമായിരുന്നു. ഒൻപതുപേർക്ക്
ഉദ്യോഗം ലഭിച്ചെങ്കിലും അവരിൽ എട്ടുപേരും ക്രിസ്തുമതം സ്വീക
രിച്ചവരായിരുന്നു. തന്റെ ജനങ്ങൾ ഏതു മതവിഭാഗത്തിൽ പെട്ട
വരാണെന്ന പ്രശ്നം അദ്ദേഹത്തെ അലട്ടിയിരുന്നില്ല. അവശത
അനുഭവിക്കുന്നവരെല്ലാം അദ്ദേഹത്തിന്റെ സഹാനുഭൂതിക്ക് പാത്ര
മായിരുന്നു. അവരെ ഉദ്ധരിക്കുകയെന്നത് തന്റെ ജീവിത ലക്ഷ്യ
മായും അദ്ദേഹം കരുതി. അസംബ്ലിയിൽ പുലയരുടെ പ്രശ്നമാണ്
അദ്ദേഹം അവതരിപ്പിച്ചിരുന്നത്. അന്ന് അതുമാത്രമേ സാധ്യമാ
കുമായിരുന്നുള്ളൂ. അതിന് കാരണവുമുണ്ട്. നാമനിർദേശം ചെയ്യ
പ്പെട്ട് ശ്രീമൂലം പ്രജാസഭാമെമ്പരാകുന്നവർ അവരുടെ സമുദായ
ത്തിന്റെ പ്രശ്നങ്ങൾ മാത്രമേ അവതരിപ്പിക്കാവൂ എന്ന കീഴ്‌വഴ
ക്കത്തിനു വിപരീതമായി സംസാരിക്കുന്നവരെ ദിവാൻ തടഞ്ഞി
ട്ടുള്ള സന്ദർഭങ്ങളുണ്ട്.

അക്കാലത്ത് പ്രജാസഭ അനുവദിക്കുന്ന സ്വാതന്ത്ര്യങ്ങൾക്കെത്തു
നിന്നു തന്റെ ജനതയുടെ പ്രശ്നങ്ങൾ അവതരിപ്പിക്കുക എന്ന നിലപാ
ടിനൊപ്പം അസംബ്ലിക്കുവെളിയിൽ സമരങ്ങൾ നയിക്കുന്നതിനും അയ്യൻ
കാളി നേതൃത്വം കൊടുത്തിരുന്നു. സാമുദായികമായ സങ്കുചിതത്വം
അയ്യൻകാളിക്കില്ലായിരുന്നു. അഥവാ ഒരു പ്രത്യേക വിഭാഗത്തിനുവേണ്ടി
അദ്ദേഹത്തിന് നിലകൊള്ളേണ്ടി വന്നത് അധികാരിവർഗത്തിന്റെ ജാതി
മേൽക്കോയ്മകളുടെ ഭാഗമായാണ്. അധികാരി വർഗം പ്രജാസഭ രൂപീ
കരിച്ചത് ഓരോ ജാതി വിഭാഗത്തിന്റെ പേരിലായിരുന്നുവല്ലോ. അതിനു
ള്ളിൽനിന്നുകൊണ്ടുള്ള പ്രവർത്തനങ്ങളിൽ ഇത്തരം നിലപാടുകൾ പല
പ്പോഴും സ്വീകരിക്കേണ്ടി വന്നു എന്നുമാത്രം.

അയ്യൻകാളിയുടെ ജീവിതം പോരാട്ടത്തിന്റേതായിരുന്നു. നാൽപ്പതാ
മത്തെ വയസ്സുമുതൽ കാസരോഗം അദ്ദേഹത്തെ ബാധിച്ചിരുന്നു. രോഗം
കൊണ്ടുണ്ടായ ശാരീരിക വിഷമതകൾ തന്റെ പ്രവർത്തനങ്ങൾക്ക് വിഘാ
തമാകാൻ പാടില്ല എന്ന് അദ്ദേഹത്തിന് നിർബന്ധമുണ്ടായിരുന്നു. തന്റെ
പ്രവർത്തനങ്ങൾ ലക്ഷ്യപ്രാപ്തിനേടുന്നതിന് രോഗം തടസമാകാൻ പാടി
ല്ലെന്ന ചിന്തയാണ് അദ്ദേഹത്തെ നയിച്ചത്.

1941 ആയപ്പോഴേക്കും അദ്ദേഹം ക്ഷീണിതനായിക്കഴിഞ്ഞിരുന്നു.
അതേവർഷം മെയ് മാസത്തോടെ അദ്ദേഹത്തിന്റെ രോഗം ഗുരുതരാവ
സ്ഥയിലെത്തുകയും 1941 ജൂൺ 18 ന് മഹാത്മാ അയ്യൻകാളിയുടെ കർമ
നിരതമായ ശരീരം നിശ്ചലമാവുകയും ചെയ്തു.

17

അയ്യൻകാളിയെക്കുറിച്ച്
ഇ എം എസ്

ആധുനിക കേരളത്തിന്റെ സ്രഷ്ടാവും ഇന്ത്യയിലെ കമ്മ്യൂണിസ്റ്റു പ്രസ്ഥാനത്തിന്റെ നേതാവുമായ ഇ എം എസ് 1980 ൽ അയ്യൻകാളിയെ ക്കുറിച്ച് ഇങ്ങനെ പറയുകയുണ്ടായി.

ആലപ്പുഴയിലും കൊല്ലത്തും കോഴിക്കോട്ടും കണ്ണൂരും ചുരുക്കം ചില ട്രേഡ് യൂണിയനുകൾ പണിമുടക്കടക്കമുള്ള പ്രക്ഷോഭണ ങ്ങൾ എന്നിവ 1920 കളിൽ വളരെ ചുരുക്കം തോതിലാണെങ്കിലും തുടങ്ങിയിരുന്നു. കാർഷിക തൊഴിലാളികളുടെ രംഗത്ത് പ്രദേശി കമായി ഒരിടത്ത് 1907–08 കാലത്തുതന്നെ അയ്യൻകാളിയുടെ നേതൃ ത്വത്തിൽ ഒരു പണിമുടക്കു നടക്കുകയുണ്ടായി. ഇതുപോലെ അങ്ങിങ്ങ് ശിഥിലമായി ചിന്നിച്ചിതറിക്കൊണ്ടുള്ളതായി, അസംഘ ടിതമായി കർഷകത്തൊഴിലാളികളിൽ ആത്മവിശ്വാസവും സംഘട നാബോധവും രൂപംകൊള്ളാൻ തുടങ്ങിയിരിക്കണം. *(അയ്യൻകാളി, ടി എച്ച് പി ചെന്താരശ്ശേരി)*

കേരള യൂണിവേഴ്സ്റ്റി സെനറ്റുഹാളിൽ നടത്തിയ കുമാരനാശാൻ സ്മാരക പ്രഭാഷണത്തിലാണ് അയ്യൻകാളിയെക്കുറിച്ച് ഇ എം എസ് അനുസ്മരിക്കുന്നത്.

1980 ന് അയ്യൻകാളിയുടെ പ്രതിമ തിരുവനന്തപുരത്ത് അനാശ്ചാ ദനം ചെയ്യുന്ന ചടങ്ങിൽ അന്നത്തെ കേരളമുഖ്യമന്ത്രിയായിരുന്ന ഇ കെ നായനാർ അയ്യൻകാളിയെക്കുറിച്ച് ഇങ്ങനെ പറഞ്ഞു:

അയ്യൻകാളിയെ വാഴ്ത്തുന്നതിലും അദ്ദേഹത്തിന്റെ പ്രതിമ സ്ഥാപിക്കുന്നതിലുമെല്ലാം എന്തെങ്കിലും ആത്മാർഥതയുണ്ടെ ങ്കിൽ, ഇന്ത്യയിലെങ്ങും കുടികിടപ്പുകാരന് ഭൂമിയും കർഷകത്തൊ ഴിലാളികൾക്ക് പെൻഷനും വ്യവസ്ഥ ചെയ്യുകയാണ് വേണ്ടത്.

ഇ എം എസ്

അയ്യൻകാളി ഒരു ഹരിജനനേതാവ് മാത്ര മല്ല പ്രത്യുത അധ്വാനിക്കുന്ന ജനതയുടെ അടി പതറാത്ത നായകൻ കൂടിയായിരു ന്നു. ശ്രീനാരായണഗുരുവും അയ്യൻകാ ളിയും ജാതി മേധാവിത്വത്തിനെതിരായി നടത്തിയ പോരാട്ടം കേരളത്തെ പുരോ ഗമന ചിന്താഗതിയുടെ മുൻപന്തിയിലേക്ക് നയിച്ച മുഖ്യഘടകങ്ങളിലൊന്നാണ്. പാവപ്പെട്ടവരെ കൂട്ടത്തോടെ കൊന്നൊടു ക്കുകയും അവരുടെ ഗ്രാമങ്ങൾ തീയിട്ടു നശിപ്പിക്കുകയും ചെയ്യുന്ന സംഭവങ്ങ ളിൽ നിന്നും കേരളം മാത്രമാണ് വിമു ക്തമായിട്ടുള്ളത്. അതിനു കാരണം നമ്മുടെ സാമൂഹിക ജീവിതത്തിൽ വരു ത്താൻ കഴിഞ്ഞ വിപ്ലവകരമായ പരി വർത്തനമാണ്. അയ്യൻകാളി ജീവിച്ചി രുന്ന കാലത്ത് നമ്മുടെ ദേശീയതല ത്തിൽ ഉർന്നുവന്ന നേതാക്കൾ രാജാറാം മോഹൻ റോയ്, രാമ കൃഷ്ണ പരമഹംസൻ, ദയാനന്ദ സരസ്വതി, വിവേകാനന്ദൻ തുട ങ്ങിയവരായിരുന്നു. അവരിൽനിന്നെല്ലാം വ്യത്യസ്തനായ ഒരു മഹാ നായിരുന്നു എഴുത്തും വായനയും അറിയാത്ത അയ്യൻകാളി. ഒരു പക്ഷേ ആ കാലയളവിൽ ഉയർന്നു വന്ന നേതാക്കളിൽ ഏറ്റവും ഉൽപ്രതിഷ്ണുവും കരുത്തുറ്റവനുമായ നേതാവും അദ്ദേഹമാണ്. അനീതിക്കൾക്കെതിരായി മനുഷ്യവകാശങ്ങൾക്കുവേണ്ടിസ്വന്തം ജനതയെ സംഘടിപ്പിച്ച ആ മഹാപുരുഷൻ 1907ൽ തന്റെ ജനത യുടെ മോചനത്തിന്റെ പാത തുറക്കാൻ സാധുജനപരിപാലനസം ഘത്തിന് രൂപം നൽകി. ബോധപൂർവം നയിക്കപ്പെടുന്ന സംഘ ടിത വർഗശക്തികൊണ്ട് കൈവരിക്കാനാവുന്ന സാമൂഹ്യപരി വർത്തനത്തിന്റെ പരിണാമം ഈ സംഘടനയിലൂടെ കേരള ജന തയ്ക്ക് അയ്യൻകാളി കാഴ്ചവെച്ചു. അദ്ദേഹത്തിന്റെ സദ്പാരമ്പ ര്യങ്ങൾ ഉൾക്കൊണ്ടാണ് കേരളത്തിന്റെ കർഷകത്തൊഴിലാളി പ്രസ്ഥാനം ഉയർന്നു വന്നത്. (*അയ്യൻകാളി, ടി എച്ച് പി ചെന്താര ശ്ശേരി*)

അയ്യൻകാളിയുടെ മഹത്വം തിരിച്ചറിഞ്ഞവരാണ് കേരളത്തിലെ ഇട തുപക്ഷ പ്രസ്ഥാനം. അയ്യൻകാളിയുൾപ്പെടെയുള്ള കേരള നവോത്ഥാ നനായകർ ഉഴുതുമറിച്ച മണ്ണിലാണ് ഇടതുപക്ഷപ്രസ്ഥാനങ്ങളും കമ്മ്യൂ ണിസ്റ്റു പ്രസ്ഥാനങ്ങളും വളർന്നു പന്തലിച്ചത്. അയ്യൻകാളി ഒരടയാള മാണ്. കർഷകത്തൊഴിലാളികളുടെയും ദളിതരുടെയും കീഴാളരുടെയും വിമോചനത്തിനായുള്ള പോരാട്ടം ഇടതുപക്ഷമാണ് ഏറ്റെടുത്ത് എന്ന ചരിത്രപരമായ വസ്തുതയെ അടയാളപ്പെടുത്തുന്നതിന്റെ അടയാളം. അയ്യൻകാളിയുടെ തുടർച്ചയും വികാസവുമാണ് കമ്മ്യൂണിസ്റ്റ് പ്രസ്ഥാന മെന്ന അടയാളം.

18

അയ്യൻകാളിയുടെ ജീവിതവും പ്രവർത്തനങ്ങളും ഒരവലോകനം

അയ്യൻകാളിയുടെ ജീവിതവും പോരാട്ടങ്ങളും കേരള ചരിത്രത്തിൽ പ്രയോഗത്തിന്റെ സാധ്യതകളെയാണ് വികസിപ്പിച്ചത്. ക്രമാനുഗതമായി അദ്ദേഹത്തിന്റെ ജീവിതം അടയാളപ്പെടുത്തുവാൻ കഴിയും. കേരളനവോ ത്ഥാന ചരിത്രത്തിലെ തിളക്കമാർന്ന അധ്യായമായിരുന്നു അദ്ദേഹത്തിന്റെ ജീവിതം. നിലനിൽക്കുന്ന വ്യവസ്ഥിതിയിലെ ജാതി വിഭജനങ്ങളെയും വർണവ്യവസ്ഥയേയും നാടുവാഴിത്ത സമൂഹത്തെയും തന്റെ സമരങ്ങ ളിലൂടെയാണ് അദ്ദേഹം പ്രതിരോധിച്ചത്. അത്തരം സമരരൂപങ്ങൾക്കൊ ക്കെത്തന്നെ നാളിതുവരെയില്ലാത്ത തനത് ശൈലികളുണ്ടായിരുന്നതായി കാണാം. ദളിതർ ജീവിതത്തെ അഭിമുഖീകരിക്കുമ്പോൾ നിരവധി വില ക്കുകൾ അവരെ ചുറ്റിനിൽക്കുന്നതായി അദ്ദേഹം മനസ്സിലാക്കി. മനു ഷ്യൻ എന്ന സാമൂഹ്യപരിഗണന അവർക്ക് ലഭിക്കുന്നില്ല എന്ന ചിന്ത കൾ സ്വാനുഭവത്തിലൂടെ അദ്ദേഹം തിരിച്ചറിഞ്ഞു.

ഇത്തരം തിരിച്ചറിവുകൾ സമൂഹത്തിലെ മറ്റ് കീഴാളവിഭാഗങ്ങൾക്കും ഉണ്ടായി വരുന്ന കാലഘട്ടത്തിലാണ് അയ്യൻകാളിയും തന്റെ പ്രവർത്ത നങ്ങൾ ആരംഭിക്കുന്നത്. ചാന്നാന്മാർക്കിടയിൽ നിരവധി അവകാശ പ്പോരാട്ടങ്ങൾ പലപ്പോഴായി നടന്നു കഴിഞ്ഞിരുന്നു. 1822–ൽ തന്നെ ജാതി വ്യവസ്ഥയ്ക്കെതിരായ പോരാട്ടങ്ങൾ അവരുടെ ഭാഗത്തുനിന്നുണ്ടായി ട്ടുണ്ടെന്നു കാണാം. വൈകുണ്ഠസ്വാമികൾ 1828 ൽ തന്നെ സമത്വസ മാജം രൂപീകരിക്കുന്നുണ്ട്. അതിനുശേഷം 75 വർഷങ്ങൾകഴിഞ്ഞാണ് എസ് എൻ ഡി പി യോഗം രൂപീകരിക്കപ്പെടുന്നത്.

ഇത്തരം ഒരു സാമൂഹ്യസാഹചര്യത്തിന്റെ പശ്ചാത്തലത്തിലാണ് അയ്യൻകാളിയെപ്പോലുള്ളവർ രംഗപ്രവേശം ചെയ്യുന്നത്. സാമൂഹികമായ വിലക്കുകൾക്കും വഴിനടക്കാനുമുള്ള സ്വാതന്ത്ര്യത്തിനായി വില്ലുവണ്ടി

അയ്യൻകാളിയുടെ പ്രതിമ

യാത്ര, വിദ്യാഭ്യാസം ചെയ്യാനുള്ള അവകാ ശത്തിനായുള്ള കാർഷികപണിമുടക്കു സമ രം, അടിമത്വത്തിന്റെ ചിഹ്നമായ കല്ലുമാല പൊട്ടിച്ചെറിഞ്ഞുകൊണ്ടുള്ള കല്ലുമാലബഹി ഷ്കരണം, സ്കൂൾപ്രവേശനം തുടങ്ങി നിര വധി പോരാട്ടമുഖങ്ങൾ അയ്യൻകാളി തുറ ന്നു.

അടിമാനുഭവത്തെ കുടഞ്ഞെറിയാൻ വേഷത്തിലും നടപ്പിലും അദ്ദേഹം മാതൃകാ പരമായ മാറ്റങ്ങളുണ്ടാക്കി. സവർണനായ ഒരാൾ വരുമ്പോൾ ജാതിയുടെ പേരിൽ അയാളെ ബഹുമാനിക്കുവാൻ ഇരിപ്പിട ത്തിൽനിന്ന് എഴുന്നേൽക്കുന്ന പതിവ് അയ്യൻകാളിക്കില്ലായിരുന്നു. ജാതിയുടെ മേൽക്കോയ്മയെ ഒരു തരത്തിലും അംഗീ കരിക്കാൻ അദ്ദേഹം തയ്യാറായിരുന്നില്ല. എല്ലാ മനുഷ്യരെയും സമന്മാരായി കാണുന്ന ആധുനിക ജനാധിപത്യ സങ്കൽപ്പമായിരുന്നു അദ്ദേഹത്തിനുണ്ടായിരുന്നത്.

തിരുവിതാംകൂറിൽ മഹാരാജാവ് കഴിഞ്ഞാൽ അധികാരം ദിവാനായിരുന്നു. ഏതെങ്കിലും പരദേശി ബ്രാഹ്മ ണന്മാരായിരുന്നു ദിവാനായി നിയോഗിക്കപ്പെട്ടിരുന്നത്. നീണ്ടകോട്ടും തല പ്പാവുമായിരുന്നു അവരുടെ വേഷം. അയ്യൻകാളി ധരിച്ചിരുന്നത് ഇത്തരം വേഷമായിരുന്നു. അപകർഷതയിൽനിന്നുള്ള മോചനവും ഉയർന്ന ആത്മാഭിമാനവും ദളിത് ജനതയ്ക്കുണ്ടാകണമെന്ന പാഠമാണ് ഇതിലൂടെ അദ്ദേഹം നൽകിയത്.

19

ചരിത്രത്തിലെ കീഴാളപ്രതിനിധാനങ്ങളുടെ അഭാവം ഒരു മാർക്സിസ്റ്റ് വീക്ഷണം

അധികാരം കൈമുതലാക്കിവച്ചിരുന്ന ഒരു വിഭാഗത്തിന്റെ പ്രവർ ത്തനങ്ങളാണ് ചരിത്രമായി പരിഗണിക്കപ്പെട്ടുപോന്നത്. ഇന്ത്യയിൽ ജാതി; അധികാരഘടനയുടെ പ്രധാന ഉപാധിയായിത്തീരുന്നു. സവർണ ജാതി അനുഭവം പങ്കിടുന്നവരാണ് ഭരണവർഗമായിത്തീർന്നത്. അങ്ങനെ ഭരണ വർഗത്തിന്റെ വേട്ടയാടലുകളും വെട്ടിപ്പിടുത്തങ്ങളും എഴുതപ്പെടുകയും ചരിത്രമായി പരിഗണിക്കപ്പെടുകയും ചെയ്തു. യഥാർത്ഥത്തിൽ ഈ ചരി ത്രത്തിൽ അദൃശ്യരായിപ്പോയവരുടെ അധ്വാനമാണ് ഭരണവർഗത്തെ നില നിർത്തിയത്. അദൃശ്യരായിപ്പോയവർക്ക് ചരിത്രമില്ലെന്ന പൊതുബോ ധത്തെ ഉല്പാദിപ്പിക്കുവാൻ അധീശവർഗത്തിന് കഴിഞ്ഞു. അതിന്റെ സാംസ്കാരികയുക്തികൾ പലവിധത്തിൽ ഇന്നും പ്രവർത്തിച്ചുകൊണ്ടി രിക്കുന്നു.

അധീശവർഗം രൂപപ്പെടുന്നതുമുതൽക്കുതന്നെ അതിനെതിരായ പ്രതി രോധങ്ങളും ചെറുത്തുനിൽപ്പുകളും രൂപപ്പെടുന്നുണ്ട്. അത് ആന്തരിക മായ തലത്തിൽപ്പോലും നിരന്തരം നടക്കുന്നുണ്ട്. ഈ ആന്തരികസംഘർ ഷങ്ങൾ സാമൂഹിക സംഘർഷങ്ങളായി വികസിക്കുകയും അധികാര വർഗത്തിനെതിരായ വിപ്ലവ രാഷ്ട്രീയമുന്നണിയായി പരിണമിക്കുകയും ചെയ്യുക എന്നത് മനുഷ്യരുള്ളിടത്തോളം സംഭവിക്കുന്ന കാര്യമാണ്. യഥാർഥ ചരിത്രത്തിന്റെ വേരുകൾ അവിടെനിന്നാരംഭിക്കുന്നു. അധ്വാന ത്തിന്റെയും അതിന്റെ സംഘർഷങ്ങളുടെയും ചരിത്രമാണ് യഥാർഥ ചരിത്രം. മാർക്സ് എഴുതുന്നു:

നാളിതുവരെയുള്ള ചരിത്രം വർഗസമരത്തിന്റെ ചരിത്രമാണ്. അടി മയും ഉടമയും ജന്മിയും അടിയാനും കുലീനനും മ്ലേച്ഛനും മേസ്തി

രിയും വേലക്കാരനും മർദകനും മർദ്ദിതനും ചിലപ്പോൾ ഒളിഞ്ഞും തെളിഞ്ഞും നിരന്തരം പോരാട്ടം നടത്തുന്നു. സമൂഹത്തിനാകമാനമുള്ള വിപ്ലവകരമായ പുനസംഘടനയിലോ മത്സരിക്കുന്ന വർഗത്തിന്റെ നാശത്തിലോ ആണ് ഈ പോരാട്ടങ്ങൾ അവസാനിക്കുന്നത്.

ഇന്ത്യയിൽ വർഗസംഘർഷങ്ങൾക്ക് നിരവധി അടരുകളും മാനങ്ങളുമുണ്ട്. അത് മറ്റെവിടെയുമില്ലാത്ത ജാതി വ്യവസ്ഥയിൽ അധിഷ്ഠിതമാണ്. അതുകൊണ്ട് വർഗസംഘർഷം എന്നത് ജാതിസംഘർഷവുമായും ബന്ധപ്പെട്ടുകിടക്കുന്നു.

ചരിത്രത്തിൽ ഇടമില്ലാതെ പോയവരാണ് നവോത്ഥാനത്തിൽ ഇടപെട്ടത്. ചരിത്രത്തെ മാറ്റി എഴുതുകയോ വ്യത്യസ്തമായ വീക്ഷണത്തിൽ വായിക്കുവാനോ നവോത്ഥാനത്തിലെ കീഴാളമുന്നേറ്റങ്ങൾ പ്രേരിപ്പിച്ചു. നവോത്ഥാനം ജാതിവ്യവസ്ഥയിലെ അനാചാരങ്ങളെയാണ് പ്രശ്നവൽക്കരിച്ചത്. അതുവരെ നിലനിന്ന ജയിച്ചവന്റെ ചരിത്രം അഥവാ അധീശവർഗത്തിന്റെ ചരിത്രം മറ്റൊരർഥത്തിൽ വായിച്ചെടുക്കുവാനുള്ള ശ്രമങ്ങളാണ് പിന്നീടുണ്ടാവുന്നത്. കമ്യൂണിസ്റ്റ് പ്രത്യയശാസ്ത്രം അതിൽ പ്രധാന പങ്ക് വഹിച്ചു.

അയ്യൻകാളിയെപ്പോലുള്ളവർ ചരിത്രത്തിൽ ഇടപെടുകമാത്രമല്ല ചരിത്രം സൃഷ്ടിക്കുകകൂടിയായിരുന്നു. ശ്രീനാരായണ ഗുരുവിനെപ്പോലുള്ളവർ അധീശ സാംസ്കാരിക ഇടങ്ങളെ അപനിർമിച്ചുകൊണ്ടാണ് ചരിത്രം സൃഷ്ടിച്ചത്. വ്യക്തിപൂജയുടെ അവസ്ഥയിൽ നിന്നുകൊണ്ട് കേരളനവോത്ഥാനനായകരെ വിലയിരുത്തുന്ന രീതി ഒട്ടും ജനാധിപത്യപരമല്ല. എന്നാൽ അത്തരത്തിലുള്ള അവസ്ഥ ഇന്നു നിലനിൽക്കുന്നുമുണ്ട്.

20

ഭാഷയും അധികാരവും

ദളിതർ ഞാൻ എന്ന വാക്ക് ഉപയോഗിക്കാൻ തുടങ്ങിയിട്ട് അരനൂ റ്റാണ്ടുകഴിഞ്ഞതേയുള്ളൂ എന്ന് കെ കെ എസ് ദാസ് കവിയൂർ മുരളിയെ ഉദ്ധരിച്ച് എഴുതുന്നു. വീട് എന്ന പൊതു വാക്ക് കേരളത്തിലെ ആധു നിക ജനാധിപത്യവൽക്കരണത്തിനുശേഷമാണ് ഉയർന്നുവരുന്നതെന്ന് നിരീക്ഷിക്കപ്പെട്ടിട്ടുണ്ട്. പറയൻ താമസിക്കുന്ന വീടിനെ ചേരി എന്നാണ് വിളിച്ചിരുന്നത്. ചെറുമൻ താമസിക്കുന്ന ഇടം ചാളയാണ്. കൊല്ലൻ, തട്ടാൻ തീയൻ, നെയ്ത്തുകാരൻ എന്നിവർ വസിക്കുന്ന ഇടത്തെ പുര- വീട് എന്നാണ് അറിയപ്പെട്ടത്. ക്ഷേത്രത്തിലെ പൂജാരികൾ പൂമഠത്തിലും നായന്മാർ ഭവനത്തിലും വസിക്കുന്നു. രാജാവ് കൊട്ടാരം, കോവിലകം തുടങ്ങിയവയിലും നമ്പൂതിരി ഇല്ലത്തിലും വസിക്കുന്നു. നമ്പൂതിരിയിലെ ആഢ്യന്മാർ താമസിക്കുന്നത് മനയിലാണ്.

ഒരു ഭാഷയിൽ നിലനിന്ന ഇത്തരം അധികാരബന്ധങ്ങൾ സവിശേ ഷമായ പഠനങ്ങൾ അർഹിക്കുന്നുണ്ട്. തിരുവിതാംകൂറിലെ ദളിത് സമൂഹം തമിഴും മലയാളവും കലർന്ന ഒരു ഭാഷയിലാണ് സംസാരിച്ചി രുന്നത്. അയ്യൻകാളിയുടെ ഭാഷ ഇതിൽനിന്ന് അൽപ്പം വ്യത്യസ്തമാ യിരുന്നു. മലയാളത്തിന് മുൻതൂക്കമെുള്ള ഒരു ഭാഷയോടായിരുന്നു അദ്ദേ ഹത്തിന് താൽപ്പര്യം. (*അയ്യൻകാളി കേരളചരിത്രത്തിൽ*, കെ കെ എസ് ദാസ്)

അധീശവർഗത്തിന്റെ ഭാഷയോ ഭാഷാശൈലികളോ എക്കാലത്തും മേധാവിത്വം പുലർത്തുന്നു. സംസ്കൃത ഭാഷയുടെ ആധിപത്യം ഇന്നും നിലനിൽക്കുന്നത് അത് അധീശവർഗത്തിന്റെ ഗൂഢഭാഷയായതുകൊ ണ്ടാണ്. അതുപോലെ തന്നെ ദളിതർ, ആദിവാസികൾ ന്യൂനപക്ഷങ്ങൾ തുടങ്ങിയവരുടെ ഭാഷയോ ഭാഷാശൈലിയോ പരിഹസിക്കപ്പെടുന്ന വിധം

പൊതുബോധത്തെ നിർമിച്ചെടുക്കുവാൻ അധീശവർഗത്തിന് കഴിഞ്ഞി
ട്ടുണ്ട്.

അയ്യൻകാളിയുടെ സാമൂഹ്യപ്രവർത്തനങ്ങളുടെ അടിസ്ഥാനം അധഃ
സ്ഥിത ജനത വിദ്യാഭ്യാസം നേടുകയും അതിലൂടെ സാമൂഹിക പദവിയും
ഉദ്യോഗങ്ങളും കൈവരിക്കുക എന്നതായിരുന്നു. ഭാഷയുടെ മേലുള്ള
എല്ലാ അധികാരങ്ങളെയും മറികടക്കുകയും പൊതു ഭാഷാവ്യവഹാര
ങ്ങളിലേക്ക് ദളിത് ജനത പ്രവേശിക്കുകയും ചെയ്യുക എന്ന അർഥത്തിൽ
അയ്യൻകാളിയുടെ ഇത്തരം പ്രവർത്തനങ്ങളെ സമീപിക്കുമ്പോൾ അത്
സാമൂഹിക വിമോചനത്തിന്റെ നിരവധി പാഠങ്ങളിലേക്കുള്ള വാതിലാ
വുന്നുണ്ട്. അയ്യൻകാളിയുടെ അന്നത്തെ ലക്ഷ്യം പത്ത് ബിഎ ക്കാരാ
യിരുന്നു. ഇന്നും അതാണ് ആത്യന്തിക ലക്ഷ്യമെന്ന അർഥത്തിലുള്ള
യാന്ത്രിക പ്രവർത്തനങ്ങൾ അയ്യൻകാളിയുടെ പേരിൽ നടക്കുന്നത്
വിമർശിക്കപ്പെടേണ്ടതാണ്. ഇന്ന് അയ്യൻകാളി മുന്നോട്ടുവച്ച വിദ്യാഭ്യാ
സപ്രവർത്തനങ്ങളിൽനിന്നും കേരള സമൂഹം മുന്നോട്ടുപോയിക്കഴിഞ്ഞി
രിക്കുന്നു.

അയ്യൻകാളിയുമായി ബന്ധപ്പെട്ട ചരിത്രപ്രധാനമായ വർഷങ്ങൾ

1863– അയ്യൻകാളിയുടെ ജനനം.

1893– പൊതുനിരത്തിലൂടെയുള്ള വില്ലുവണ്ടിയാത്ര.

1904– കർഷകത്തൊഴിലാളി പണിമുടക്ക് സമരം ആരംഭിക്കുന്നു.

1905– സാധുജനപരിപാലനസംഘം രൂപീകരിക്കുന്നു.

1910– അധഃസ്ഥിതർക്ക് സകൂൾപ്രവേശനം നൽകിക്കൊണ്ടുള്ള സർ ക്കാർ ഉത്തരവ്. ദളിതർക്കായി പ്രത്യേകം സ്കൂൾ തുറന്നു.

1912– ശ്രീമൂലം പ്രജാസഭയിൽ അംഗമായി.

1914– പുല്ലാട്ടുലഹള

1915– പെരിനാട്ടു ലഹളയും കല്ലുമാല ബഹിഷ്കരണവും

1937–ഗാന്ധിജി അയ്യൻകാളിയെ സന്ദർശിച്ചു

1941–77 ാം വയസ്സിൽ അന്തരിച്ചു

ഗ്രന്ഥസൂചി

കേരളചരിത്രത്തിന്റെ ഗതിമാറ്റിയ
അയ്യൻകാളി   – ടി എച്ച് പി ചെന്താരശ്ശേരി
അയ്യൻകാളി ,,   – ടി എച്ച് പി ചെന്താരശ്ശേരി
കേരള നവോത്ഥാനം യുഗസന്തതികൾ
യുഗശില്പികൾ   – പി ഗോവിന്ദപ്പിള്ള
അയ്യൻകാളി കേരളചരിത്രത്തിൽ   – കെ കെ എസ് ദാസ്
ബലിയാടുകളുടെ വംശാവലി   – ടി എം യേശുദാസൻ
മഹാനായ അയ്യൻകാളി   – ദലിത്ബന്ധു
അയ്യൻകാളി ഒരു പഠനം   – സമഗ്രപഠനം–ദലിത്ബന്ധു
അടിമഗർജനം   – തെക്കുംഭാഗം മോഹൻ
തിരസ്കൃതരുടെ രചനാഭൂപടം   – ഡോ. ഒ കെ സന്തോഷ്
ayyankali the first dalit leader   – t h p chentharassery